Instant Vietnamese

How to Express 1,000 Different Ideas with Just 100 Key Words and Phrases

by Sam Brier & Linh Doan

TUTTLE Publishing

Tokyo | Rutland, Vermont | Singapore

For Dash

Published by Tuttle Publishing, an imprint of Periplus Editions (HK) Ltd.

www.tuttlepublishing.com

Copyright © 2011 by Periplus Editions (HK) Ltd.

Library of Congress Cataloging-in-Publication Data

Brier, Sam.
  Instant Vietnamese : how to express 1,000 different ideas with just
100 key words and phrases / by Sam Brier & Linh Doan. — 1st ed.
     p. cm.
  ISBN 978-0-8048-4148-1 (pbk.)
1. Vietnamese language—Conversation and phrase books—English. 2.
Vietnamese language—Spoken Vietnamese. 3. Vietnamese
language—Self-instruction. I. Doan, Linh. II. Title.
  PL4375.B75 2011
  495.9'2283421—dc22

                                     2011004775

ISBN 978-0-8048-4184-1

Distributed by

North America, Latin America & Europe
Tuttle Publishing
364 Innovation Drive
North Clarendon, VT 05759-9436 U.S.A.
Tel: 1 (802) 773-8930
Fax: 1 (802) 773-6993
info@tuttlepublishing.com
www.tuttlepublishing.com

Asia Pacific
Berkeley Books Pte. Ltd.
61 Tai Seng Avenue #02-12
Singapore 534167
Tel: (65) 6280-1330
Fax: (65) 6280-6290
inquiries@periplus.com.sg
www.periplus.com

First edition
15 14 13 12 11   1105CP
8 7 6 5 4 3 2 1

Printed in Singapore

TUTTLE PUBLISHING® is a registered trademark of Tuttle Publishing,
a division of Periplus Editions (HK) Ltd.

CONTENTS

Preface 5
About the Vietnamese
    Language 5
Spelling 6
Pronunciation. 7
Tones 12
Acknowledgments 14

Part 1: Key Words/Expressions
1. Hello *Chào* 15
2. Thank You *Cám Ơn* 16
3. Sorry *Xin Lỗi* 17
4. Please *Giùm* 18
5. I *Tôi* 19
6. You *Em, Anh, Chị* 21
7. ? *Không?* 23
8. No *Không* 24
9. Yes *Dạ* 26
10. Give/Bring *Cho* 27
11. Water *Nước* 28
12. OK/Good *Được* 29
13. Where? *Đâu* 29
14. How Much? *Bao Nhiêu* 31
15. How Many?
    Có Bao Nhiêu? 31
16. Numbers *Số* 32
17. Country *Nước* 34
18. Speak/Say *Nói* 35
19. Understand *Hiểu* 36
20. My *Của Tôi* 37
21. She/He *Em, Anh,*
    Chị + Ấy 38

22. Have *Có* 40
23. Go *Đi* 41
24. Yet/Still *Chưa* 45
25. Already *Rồi* 45
26. What? *Gì* 47
27. Name *Tên* 49
28. Ask/Answer *Hỏi/Đáp* . .51
29. Order *Gọi* 52
30. Eat *Ăn* 53
31. Drink *Uống* 60
32. Spicy *Cay* 65
33. Like *Thích* 66
34. More/Another *Thêm* . . .69
35. Little/Bit *Chút* 70
36. Want *Muốn* 71
37. Who? *Ai* 72
38. Meet *Gặp* 73
39. Why? *Tại Sao* 75
40. How? *Thế Nào* 76
41. When? *Khi Nào* 77
42. How Long? *Bao Lâu* . . .78
43. Which? *Cái Nào* 79
44. This/That *Này/Đó* 80
45. Here/There
    Ở Đây/Đằng Kia 81
46. Come/Arrive *Đến* 83
47. Know *Biết* 84
48. Do/Make *Làm* 86
49. Be In/At *Ở* 87
50. Address *Địa Chỉ* 89
51. Taxi *Xe Tắc Xi* 90
52. Train *Xe Lửa* 95

53. Airport *Sân Bay* 96
54. Person *Người* 97
55. Family *Gia Đình* 98
56. Wait *Đợi* 99
57. Near/Far *Gần/Xa* 100
58. Can *Có Thể* 101
59. Seems/Looks Like
    Có Vẻ 103
60. Need *Cần* 103
61. Remember/Forget
    Nhớ/Quên 105
62. Think *Nghĩ* 106
63. Marry *Có Gia Đình* . . 107
64. Age *Tuổi* 109
65. Weather *Thời Tiết* 110
66. Hot/Cold
    Nóng/Lạnh 112
67. Too/Very/So *Quá* 113
68. Time/Time of day *Giờ* 115
69. Day *Ngày* 118
70. Week *Tuần* 120
71. Month *Tháng* 121
72. Year *Năm* 124
73. Hotel *Khách Sạn* 125
74. House/Home *Nhà* 128
75. Hairdresser
    Tiệm Cắt Tóc 129
76. Bar *Bar* 132
77. Cigarette *Thuốc Lá* . . . 134
78. Post Office *Bưu Điện* . 136
79. Newspaper *Báo* 138
80. Radio/TV *Rađiô/TV* . . . 139
81. Phone *Điện Thoại* 140
82. Call *Gọi* 142
83. Computer *Máy Vi Tính* 144
84. Internet *Internet* 145

85. Bring/Take *Đem* 147
86. Child(ren)/Baby
    Con/Em Bé 149
87. Read *Đọc* 152
88. Market *Chợ* 153
89. Money *Tiền* 154
90. Buy/Sell *Mua/Bán* 156
91. Rent *Thuê* 157
92. Lost/Lose/Find
    Lạc/Mất/Tìm Thấy 158
93. Colors *Màu Sắc* 160
94. Sick *Bệnh* 161
95. Pharmacy *Nhà Thuốc* . 162
96. Doctor *Bác Sĩ* 164
97. Dentist *Nha Sĩ* 165
98. Hospital *Bệnh Viện* . . . 166
99. Take (Photo) *Chụp* 167
100. Help *Giúp* 168

Part 2
Famous Landmarks 170
Countries in and around
    Asia 171
Glossary: Additional
    Vocabulary 172

Part 3
List of Sidebars 188
List of Key Words/Expressions
    in English-alphabetical
    Order 189

PREFACE

Instant Vietnamese is a simple and functional phrasebook that will help you say more than 1,000 useful phrases to get around, make friends, bargain, order food, go online, and generally express yourself in ways that will further your enjoyment of Vietnam.

About the Vietnamese Language

Instant Vietnamese helps you learn both the Hanoi and Saigon dialects. The Hanoi dialect, otherwise called standard Vietnamese, is the version taught in most language programs in Vietnam and abroad, and it is the main usage in this book. You can use the Hanoi dialect to speak to most people in Vietnam and they will understand—if you get your tones right.

When you travel to the South, or speak to many Vietnamese in the U.S., however, you'll want to understand the Southern pronunciation, which is very distinct from the Northern. To help you with this, we have included key Saigon (Southern) pronunciation differences in [brackets] for easy accessibility. No need to keep flipping to the transliteration guide.

For example, in the North, the letter *d* is pronounced "z," but in the South it is pronounced [y]. Fortunately, though, most Vietnamese consonants are pronounced the way we're used to saying them.

Spelling

Vietnamese is written using the Roman alphabet with a few modifications, such as tone and vowel markers. French missionaries changed the written language from Chinese characters in the seventeenth century, but their system did not become widespread until the twentieth century. Some of the letters or letter combinations they chose to represent the sounds might seem peculiar choices to the native English speaker. Still, Roman letters make Vietnamese much easier to read and write than most other Asian languages. In Part I, you will see the English in the first line, the written Vietnamese in the second line, and the pronunciation in the third line.

In the Pronunciation section below, we'll first learn the consonants, then the vowels. Many consonants and vowels sound just like the letters you already know. When they do not, a short explanation will be given. Keep in mind that consonant sounds at the end of words in Vietnamese are often soft, and sometimes swallowed, particularly in the South.

NOTE: Throughout the book, we use the Northern pronunciation. When the Southern dialect is substantially different, we will highlight it with **[brackets]**. If only a letter is in brackets, such as in the pronunciation of *ahn[g]*, it means that the "[g]" is regularly **added** in the South but not in the North. If the letter in brackets is at the start of the word, as in "Z[Y]a" (the pronunciation of *Da*) or "ch[j]ee" (the pronunciation of *chị*), the letter in brackets is **substituted** for the preceding sound.

In other places you will see a **slash** (/) between two or three words, signifying that there is more than one option. The word choices will usually be **underlined** in English and Vietnamese to help you better identify which words are which and where they can be replaced in the sentence.

Pronunciation

CONSONANTS

B like Boy

C like Gas (there is a slight clicking sound made from the back of the throat when you make this sound). Often sounds like "p" at the end of a word in the South, although softer.

CH like CHase in the North and Jeans in the South. Your tongue touches the top of the back of your upper teeth.

D like Zipper in the North and Yes in the South

Đ/đ like Dove. Notice the "-" going through both the capital D and small d. This differentiates the "D" sound from the "Z" or "Y" sound. Your tongue touches the top of the middle of the roof of your mouth.

G like the Gas in English (except that this sound is unaspirated, which means that air does not come out of your mouth when you say it). When followed by I as in GI (zee/[yee]), it sounds like Zipper in the North and Yes in the South. Gi means "What?"

GH like Golf (with slight aspiration, which means a puff of air)

H like House

K like Gas (with a slight click at the back of the throat, similar to "C" to you and me)

KH like K*iss* (with aspiration)

L like L*ove*

M like M*an*

N like N*o*. At the end of words, paricularly in the South, the final
N often takes on the sound of "NG." For example, ăn (to eat) will
sound like "ahn" in the North and "ahng" in the South. We have
written this word as "ahn[g]" to signify that the [g] is only used
in the South.

NG like NG at the end of a word, such as *si*NG. The NG is often
swallowed in the South at the end of a word, and becomes more
akin to an "M" or "MG." At the beginning of a word, the NG in
*si*NG comes out of the nostrils (they vibrate). The easiest way to
learn to say this is to say SINGING out loud over and over again
until you are able to drop the SI and say NGING all by itself.

NGH like NG above but with a slight aspiration and a bit of a Y
sound at the end: NGY. Try saying *si*NGY.

NH like NY, as in the NIO in *o*NIO*n*

P like P*eace* (used only at the end of words)

PH like PH*one*

Q/QU like GW or KW*anza* in the North (but often shorted to "W"
in the South like W*ow*)

R like R*un*, particularly in the South. In the North, you will often hear ZR. We have used R throughout the book, however, to simpify things.

S like SH*ave*, although it is often pronounced "S*ave*," particularly in the South. We have used SH throughout most of the book.

T is a little tricky. We write it as DT. The tongue touches the top of the back of the front teeth and comes close to making a "T"— but it's a "D." There is no aspiration, and to the beginner it might sound like a normal "D" sound, like D*og*.

TH like T*exas* (aspirated)

TR sounds close to TR*ain* in the North, but closer to a J*eans* or JR in the South (like JE*rsey*). The tongue touches the roof of the mouth, midway back, as in Đ. We write this as T[J]r.

V like *Van* in the North. In the South, V is often spoken as Y like *Yes*. Please note that *Vietnam* is pronounced the same as it is written: "Viet Nam." Some people say "Viet-ta-Nam," but this is incorrect.

X like S*ave*, but commonly spoken as "SH*ave*," particularly in the South. We have used S throughout the book for clarity's sake.

Y like E in E*we*. (Y is almost always followed by a vowel and takes the sound of that vowel; hence it is silent at the beginning of words.) When followed by *i*, and in rare cases when it is alone, Y is written as EE, like *b*EE.

VOWELS

A like A*pple*; sometimes AH in the South, with the mouth slightly open

Ă like AH (the mouth open wide)

Â like *d*AY in the North and *d*Uh in the South

AI like EYE

ÂY like *d*AY in the North; AI, as in EYE as above in the South

AO like *c*OW; written OW. Don't be confused when you see *tow* or *low*; they are said with the same "*c*OW" sound.

AU like cOW; written OW, as above

ÂU like OW as above

E like EH? in the middle of a word and at the end of a word. It is closer to A as in A*m* at the beginning of a word, particularly in the South. Accordingly, we are showing it as A at the beginning, E when followed by a noun, and EH at the end of a word.

Ê like *d*AY in the north, particularly at the end of words, but often pronounced *d*UH or EH? in the middle of words. We are writing it as AY at the end of words, and E in the middle of words.

I like *b*EE most of the time, similar to Y at the end (such as *b*OY); written as EE when beginning a word, and written as Y at the end of a word when preceded by vowels. In the middle of many words, the sound is that of IH, as in It.

IE like *vIEtnam* (although the E sound is often dropped in the South in some words that use IE). We generally write it as IE, except when the pronunciation is closer to EE.

IÊU like the EW in *nEW*. The EW sound is slightly more nasal than *u*.

O like *clAW*. When combined with other vowels, however, it shifts. For example in OA, O takes on more of a W sound. Hence OA sounds more like WA(H); written as AW otherwise.

Ô like *bOat*; written as OH

ÔI like *bOY*; written as OY

O' like U*p* or UH (note the hook to the right side); written as UH

U like *shOOt*; written as U

UA like U + UH; written as U-UH

U' similar to *cOUld*. (When followed by O', (U'O') the O' is silent.) Note the hook that indicates the OU pronunciation. Do not confuse it with the sounds OO or OW.

U'A like U' + A: sounds like OU + UH and is written OU-UH.

TONES

There are 5 tone marks in Vietnamese, but words without a tone mark still have a tone, which could be considered the 6th tone, a slightly higher than normal pitch that stays steady. To help with these tones, we recommend studying this book with a native Vietnamese speaker. But in case you can't find one, or your Vietnamese partner doesn't have the patience, here goes:

1st Tone, called *Dấu Sắc* (Z[Y]oh Shahk), rises from a low to high pitch, like the end of a question in English. Lift your chin sharply when you say it for practice.

2nd Tone, called *Dấu Huyền* (Z[Y]oh Hwen), falls from high to low. Drop your chin slowly to practice.

3rd Tone, called *Dấu Hỏi* (Z[Y]oh Hawy). This tone drops like the 2nd tone and then rises like the 1st tone. Practice by dropping your chin and then picking it up.

4th Tone, called *Dấu Ngã* (Z[Y]oh Nga), is similar to Dấu Hỏi, but more drawn out (longer). Move your head down and up and down again slowly to practice.

5th Tone, called *Dấu Nặng* (Z[Y]oh Nahng), is often the most difficult sound for English speakers; called a broken tone, it is a low, quickly spoken tone, and falls sharply from mid-level to lower and rises ever so slightly. Drop your chin sharply to practice.

6th Tone: No tone mark. Speak with a slightly higher pitch than normal, and keep it steady.

To practice the tones, please visit the *Instant Vietnamese* page at www.tuttlepublishing.com, where you will find audio files prepared for your use. Refer to the chart below as you listen to and repeat the tones.

	Ex. 1	*Ex. 2*	*Ex. 3*	*Ex. 4*	*Ex. 5*
No Tone	Ma	Đôi	Thi	Da	Ca
1st Tone	Má	Đối	Thí	Dá	Cá
2nd Tone	Mà	Đồi	Thì	Dà	Cà
3rd Tone	Mả	Đổi	Thỉ	Dả	Cả
4th Tone	Mã	Đỗi	Thĩ	Dã	Cã
5th Tone	Mạ	Đội	Thị	Dạ	Cạ

Acknowledgments

We'd like to thank Điệp Lê (Mợ hai), Diệp Nguyễn, and Thuận Nguyễn, for reviewing and editing the Vietnamese text. We also want to thank our family and friends in Vietnam for being so exceptionally caring, humorous, and supportive of our effort to navigate Saigon and relearn the culture.

Linh would like to thank her parents for speaking Vietnamese to her at home after moving to the US, and encouraging her to stay connected to the Vietnamese community in the States and in the "motherland." Linh works as a communications and research consultant in the U.S. and Vietnam.

Sam would like to thank his parents and grandparents for sending him to study abroad in high school and college. Those travels led him to work in Asia, start Academic Experiences Abroad (AEA), and write this book. AEA creates affordable and highly customized programs throughout Asia and other parts of the world for university, business, and family groups. A portion of the profits from this book goes toward AEA scholarships. To learn more about AEA and AEA scholarships, please visit www. AEA-Asia.com.

Sam, Linh, and their son, Dashiel, travel to Asia often, but not as often as before Dash. If you have an interest in Asia, Sam would like to hear from you. He can be reached at Sam.Brier@ gmail.com.

PART 1

1 Hello *Chào* Ch[J]ow

Unlike English, Vietnamese doesn't have different greetings for different parts of the day, and the Vietnamese address the person spoken to after each greeting. Accordingly, forms of address are more important for the Vietnamese. For this, see section 6.

Hello, Sam.
Chào Sam.
Ch[J]ow Sam.

Hello, friend.
Chào bạn.
Ch[J]ow ban[g].

→ This is said to someone close in age that you do not know.

Hello/Good-bye. (polite)
Xin chào.
Seen ch[j]ow.

How are you?
NAME *khỏe không?*
NAME kweh kohng?

→ Literally: How's your health?

Good-bye/Bye, Linh.
Chào Linh.
Ch[J]ow Linh.

See you later.
Hẹn gặp lại sau.
Hen gahp lai show.

2 Thank you *Cám ơn* Gam uhn

"Thank you" is less common in Vietnam than in Western countries and is usually reserved for when thanks are truly in order, such as when someone has gone out of their way to help. Having said that, you are a visitor, and saying anything in the local language can go a very long way, so say it as often as you'd like. Just don't expect to hear it much.

Thank you.
Cám ơn.
Gam uhn.

Thank you (em/anh).
Cám ơn (em/anh).
Gam uhn (am/ahn).

NOTE: *Em* is a form of address that means "you" to someone who is younger than the speaker and means "I" if the speaker is the younger. In place of *em*, another form of address can be substituted, such as *anh*. *Anh* is used to address a man your age or slightly older, or means "I" if the male speaker is the same age or slightly older. These are two of the most common you will use. See sections 5 and 6.

You're welcome./Don't worry about it.
Không sao.
Kohng show.

Don't worry about it./It's no big deal.
Không có chi.
Kohng gaw ch[j]ee.

You're welcome./Don't worry about it.
Đừng khách sáo.
Doung kak show.

→ Lit.: Don't be so polite.

3 Sorry/Excuse me   *Xin lỗi*   Seen loy

**Sorry./Excuse me. (after bumping into someone
or to get someone's attention)**
Xin lỗi.
Seen loy.

→ In the South, *x* often sounds like "sh," but in the North it
is more clearly pronounced "s."

Excuse me, may I get by?
Xin lỗi, cho tôi đi qua.
Seen loy, ch[j]aw dtoy dee gwa.

Excuse me, I don't understand.
Xin lỗi, tôi không hiểu.
Seen loy, dtoy kohng hyew.

Excuse me, do you have a pen?
Xin lỗi, anh có bút mực không?
Seen loy, ahn gaw but mouk kohng?

→ *Anh* is used to address a male your age or slightly older.

Excuse me, would you repeat that?
Xin lỗi, FORM OF ADDRESS *lặp lại giùm.*
Seen loy, FORM OF ADDRESS lahp lai z[y]um.

NOTE: There is another term for "Excuse me" when you're trying to get the attention of a waiter. If it is a male your age or slightly older, you would say, "*Anh ơi [Ahn uhy]*," and if it is a younger man or woman, you would say, "*Em ơi [Am uhy]*."

4 Please   *Giùm/Làm ón*   Z[Y]um/Lam uhn

Giùm is never used alone but always in phrases like those below.

Please speak slowly.
Nói chậm giùm.
Nawy ch[j]uhm z[y]um.

Would you help me, please?
FORM OF ADDRESS *làm ơn giúp giùm tôi.*
FORM OF ADDRESS lam uhn z[y]up z[y]um dtoy.

→ Lit.: Please help me.

Just a moment, please.
Xin đợi giùm một chút.
Seen duhy z[y]um moht ch[j]ut.

→ *Đợi một chút* (lit., Wait a minute) is more colloquial than using *giùm.*

Please wait a bit.
Xin chờ một chút.
Seen ch[j]uh moht ch[j]ut.

→ *Xin* is used to imply "please" in this case.

Please continue.
Xin tiếp tục.
Seen dteep dtup.

Please stop.
Xin ngừng lại.
Seen ngoung lai.

Excuse me, can I have the check, please?
Anh/Em ơi, xin cho tôi hóa đơn giùm.
Ahn/Am uhy, seen ch[j]aw dtoy hwah duhn z[y]um.

→ This is a rather polite.

Excuse me, the bill, please.
Anh/Em ơi, tính tiền giùm.
Ahn/Am uhy, dtihn dteen z[y]um.

→ This is more colloquial and common in the South.

Please come in.
Xin vào.
Seen vow.

5 | *Tôi* Dtoy

There are many, many forms of "I," and the correct one depends on the speaker's position in the hierarchy of each situation (with respect to age, social status, etc.), but fortunately, the term *Tôi* can be used safely by almost anyone in almost any situation. Keep in mind that, although you might use this term regularly, the person you are speaking to may choose to use another form, which can be found in section 6. If you are friends with the person you are speaking to, you can use your name in place of *Tôi*.

I'm American.
Tôi là người Mỹ.
Dtoy la ngouy Mee.

I'm here on vacation.
Tôi đang nghỉ lễ.
Dtoy dang ngyee lay.

I'm here on business.
Tôi đến đây làm việc.
Dtoy den [duhn] day [dai] lam viek.

I'm traveling alone.
Tôi đi du lịch một mình.
Dtoy dee z[y]u liht moht mihn.

I know.
Tôi biết.
Dtoy biek.

→ The final "t" often sounds like a light "k," particularly in the South.

I don't know.
Tôi không biết.
Dtoy kohng biek.

I'd like a coffee.
Cho tôi một ly cà phê.
Ch(J)aw dtoy moht lee ga fay.

→ Lit.: Bring me a coffee.

6 You

In order to simplify things, we use *anh* or *em* throughout most of the book to signify "you," but you'll need to substitute the correct form of address when necessary. Relative age and gender are important factors in choosing the correct form of address. The basic principle is as follows:

Youngest to oldest male: Em → Anh → Chú → Bác → Ông
Youngest to oldest female: Em → Chị → Cô → Bác → Bá

Hello (to a much younger person in the North, and to a younger person, in general, in the South).
Chào em.
Ch[J]ow am.

Hello (to a male roughly same age or slightly older).
Chào anh.
Ch[J]ow ahn.

Hello (to a female roughly same age or slightly older).
Chào chị.
Ch[J]ow ch[j]ee.

Hello (to most females in the North, or to an older female in the South).
Chào cô.
Ch[J]ow goh.

Hello (to most males in the North, or to an older male in the South).
Chào chú.
Ch[J]ow ch[j]u.

NOTE: All of these terms can also be used to mean "I." If you are close to the person you are speaking with, you would use your name in place of the term. When used to address another person, the term is placed before that person's name or title if you know it, and used by itself if you don't.

You (plural)
Mọi người
Mawy ngouy

NOTE: This also means "everybody." In addition, *các* can be combined with a title, such as *anh* or *chị,* to address everyone of a certain age or sex.

Where are you from?
FORM OF ADDRESS *từ đâu đến?*
FORM OF ADDRESS dtou dow den [duhn]?

Are you American?
FORM OF ADDRESS *là người Mỹ phải không?*
FORM OF ADDRESS la ngouy Mee fai kohng?

→ Lit.: You're American, right?

Are you married?
FORM OF ADDRESS có gia đình chưa?
FORM OF ADDRESS gaw z[y]a dihn ch[j]ou'uh?

Do you speak English?
FORM OF ADDRESS nói tiếng anh được không?
FORM OF ADDRESS nawy dteeng ahn douk kohng?

7 ?/Question marker   *Không*   Kohng

Instead of using inflection to ask a question, Vietnamese use
question words like *where*, *when*, and *why*. However, when
those are missing in a sentence, we add *không*? at the end.
This same word is also used to express the negative, which
is explained in section 8 below.

Is this right/OK?
Được không?
Douk kohng?

Isn't that right?
Phải không?
Fai kohng?

Do you sell bottled water?
Có bán nước suối không?
Gaw ban[g] nouk shuy kohng?

Do you want to go to Saigon?
Anh/Cô/Em muốn đi Saigon không?
Ahn/Goh/Am mun dee Saigon kohng?

NOTE: *Thăm* (Tahm) means "to visit" and may be used in
place of *đi*.

Do you speak Vietamese/English?
Anh/Cô/Em nói tiếng Việt/Anh được không?
Ahn/Goh/Am nawy dteeng Viet/Ahn douk kohng?

8 No/The negative *Không* Kohng

Không is rarely said alone. It is more often used to make a sentence negative. When the subject is understood, no subject needs to be stated.

No.
Không.
Kohng.

I don't have (any, one, it, etc.).
Không có.
Kohng gaw.

→ The object is understood in this case.

I don't want (any, one, it, etc.).
Không muốn.
Kohng mun.

→ The object is understood in this case.

I don't understand.
Không hiểu.
Kohng hyew.

I'm not going.
Tôi sẽ không đi.
Kohng sheh kohng dee.

NOTE: *Sẽ* signifies the future tense, but it is regularly left out if the context is understood.

That's not right/correct.
Không phải.
Kohng fai.

That's not right/OK.
Không được.
Kohng douk.

No problem./Don't worry about it.
Không sao.
Kohng show.

No problem./It's nothing.
Không có chi.
Kohng gaw ch[j]ee.

No, thank you.
Dạ không.
Z[Y]a kohng.

→ Polite form, said to someone who is older than you

(No) thank you, I'm not hungry.
Cám ơn, nhưng tôi không đói.
Gam uhn, nyoung dtoy kohng dawy.

No, thanks.
Thôi, cám ơn.
Toy, gam uhn.

Don't!
Đừng!
Doung!

Don't go.
Đừng đi.
Doung dee.

9 Yes *Dạ* Z[Y]a

Yes.
Dạ.
Z[Y]a.

Yes, that's right.
Dạ, đúng rồi.
Z[Y]a, dung roy.

Yes, I can.
Dạ, được.
Z[Y]a, douk.

Yes, I would like some.
Dạ, tôi muốn một ít.
Z[Y]a, dtoy mun moht iht.

Yes, I speak English.
Dạ, tôi nói được tiếng anh.
Z[Y]a, dtoy nawy douk dteeng ahn.

Yes, I know.
Dạ, tôi biết.
Z[Y]a, dtoy biek.

NOTE: A common way to answer "yes" is to use the verb from the question sentence. For example, *có* (see section 22) is often used to mean "yes" if the preceding question used the same verb, *có*, to ask if you have or did something.

10 Give/Bring/I'll have *Cho* Ch[J]aw

Translated literally, *Cho* can sometimes sound rude to Western ears. You can soften the command by adding *Làm ơn* at the beginning or *giùm* (z[y]um) at the end of the sentence.

Give me a hot coffee with sweet milk.
Cho tôi cà phê sữa nóng.
Ch[J]aw dtoy ga fay shou-uh nawng.

→ Lit.: Give me a hot coffee with sweet milk.

I'll have a sandwich without chili.
Cho tôi một ổ bánh mì không ớt.
Ch[J]aw dtoy moht oh bahn mee kohng uht.

I'll take two plane tickets to Da Lat.
Cho tôi hai vé máy bay đi Đà Lạt.
Ch[J]aw dtoy hai veh mai bai dee Da Lat

Let me see that shirt, please.
Xin cho tôi xem cái áo đó.
Seen ch[j]aw dtoy sem gai ow daw.

Give that to me, please.
Làm ơn, cho tôi, cái đó.
Lam uhn, ch[j]aw dtoy gai daw.

11 Water *Nước* Nouk

Cold water
Nước lạnh
Nouk lahn

Bottled water
Nước suối
Nouk shuy

Give me a bottle of water, please.
Làm ơn cho tôi nước suối.
Lam uhn ch[j]aw dtoy nouk shuy.

Filtered water
Nước lọc
Nouk lawk[p]

→ In the South in particular, the final "k" sounds like a soft "p."

Please give me a glass of cold water.
Xin cho tôi một ly nước lạnh.
Seen ch[j]aw dtoy moht lee nouk lahn.

→ In this case, the English *a* means "one." You can substitute other numbers from section 16.

→ Don't worry! The tea and water served with and without ice at restaurants and coffee shops in the big cities are always purified or filtered. If you'd rather skip the ice, you can say, "*Không đá* (Kohng da)" "No ice."

12 OK/Good/Able *Được* Douk

It's good./OK./I can.
Được.
Douk.

Is it OK?
Được không?
Douk kohng?

Not good/It's not OK.
Không được.
Kohng douk.

Can you speak <u>English</u>/<u>Vietnamese</u>?
Anh nói tiếng <u>Anh</u>/<u>Việt</u> được không?
Ahn nawy dteeng <u>Ahn</u>/<u>Viet</u> douk kohng?

I can speak <u>English</u>/<u>Vietnamese</u>.
Tôi nói được tiếng <u>Anh</u>/<u>Việt</u>.
Dtoy nawy douk dteeng <u>Ahn</u>/<u>Viet</u>.

Can I sit here?
Tôi ngồi đây được không?
Dtoy ngoy day [dai] douk kohng?

→ Lit.: Is it OK for me to sit here?

13 Where *Đâu* Dow

Where is the toilet?
Phòng vệ sinh ở đâu?
Phawng vay shihn uh dow?

Where is my bag?
Túi của tôi ở đâu?
Dtuy gu-uh dtoy uh dow?

Where is my passport?
Hộ chiếu của tôi ở đâu?
Hoh ch[j]ew gu-uh dtoy uh dow?

Where is my room?
Phòng của tôi ở đâu?
Fawng gu-uh dtoy uh dow?

Where is the train station?
Nhà ga ở đâu?
Nya ga uh dow?

Where do you live?
Anh ở đâu?
Ahn uh dow?

NOTE: This can also mean "Where are you?" The correct meaning is inferred.

Where are you from?
Anh từ đâu đến?
Ahn dtou dow den [duhn]?

Where is Nguyen Thi Minh Khai Street?
Đường Nguyễn Thị Minh Khai ở đâu?
Doung Ngwen Tee Mihn Kai uh dow?

NOTE: Many of the street in Vietnam are named after famous people, including Pasteur Street. Nguyễn Thị Minh Khai was a famous revolutionary.

14 How much?　*Bao nhiêu?*　Bow nyew?

How much is this/that?
Cái này/đó bao nhiêu?
Gai nai/daw bow nyew?

How much is this book/shirt?
Quyển sách/Cái áo này bao nhiêu?
Gwen shak/Gai ow nai bow nyew?

How old are you?
Anh bao nhiêu tuổi rồi?
Ahn bow nyew dtuy roy?

How old is he?
Anh ấy bao nhiêu tuổi?
Ahn ai bow nyew dtuy?

How much is the (house) rent?
Nhà cho thuê bao nhiêu?
Nya ch[j]aw tway bow nyew?

15 How many?　*Có bao nhiêu?*　Gaw bow nyew?

How many people?
Có bao nhiêu người?
Gaw bow nyew ngouy?

NOTE: This is asked when you enter a restaurant.

How many do you need/have?
Bạn cần/có bao nhiêu?
Ban[g] guhn/gaw bow nyew?

How many <u>days</u>/<u>nights</u>?
Bao nhiêu <u>ngày</u>/<u>đêm</u>?
Bow nyew <u>ngai</u>/<u>dem</u>?

How many can you <u>eat</u>/<u>drink</u>?
Bạn có thể <u>ăn</u>/<u>uống</u> bao nhiêu?
Ban[g] gaw tay <u>ahn[g]</u>/<u>ung</u> bow nyew?

How many do you want to buy?
Bạn muốn mua bao nhiêu?
Ban[g] mun mu-uh bow nyew?

How many times?
Bao nhiêu lần?
Bow nyew luhn[g]?

How many <u>brothers</u>/<u>sisters</u> do you have?
Bạn có bao nhiêu <u>anh</u>/<u>chị</u> em?
Ban[g] gaw bow nyew <u>ahn</u>/<u>ch[j]ee</u> am?

How many kilometers is it?
Bao nhiêu kí lô mét?
Bow nyew gee-loh-met?

16 Numbers *Số* Shoh

1	*Một*	moht
2	*Hai*	hai
3	*Ba*	ba
4	*Bốn*	bohn
5	*Năm*	nahm
6	*Sáu*	show
7	*Bảy*	bai

8	*Tám*	dtam
9	*Chín*	ch[j]een
10	*Mười*	mouy
11	*Mười một*	mouy moht
12	*Mười hai*	mouy hai
13	*Mười ba*	mouy ba
14	*Mười bốn*	mouy bohn
15	*Mười lăm*	mouy lahm
16	*Mười sáu*	mouy show
17	*Mười bảy*	mouy bai
18	*Mười tám*	mouy dtam
19	*Mười chín*	mouy ch[j]een
20	*Hai mươi*	hai mouy
21	*Hai mươi mốt*	hai mouy moht
30	*Ba mươi*	ba mouy
40	*Bốn mươi*	bohn mouy
50	*Năm mươi*	nahm mouy
60	*Sáu mươi*	show mouy
70	*Bảy mươi*	bai mouy
80	*Tám mươi*	dtam mouy
90	*Chín mươi*	ch[j]een mouy
100	*Một trăm*	moht t[j]rahm
101	*Một trăm lẽ/linh một*	
	moht t[j]rahm leh/lihn moht	
110	*Một trăm mười*	moht t[j]rahm mouy
115	*Một trăm mười lăm*	
	moht t[j]rahm mouy lahm	
200	*Hai trăm*	hai t[j]rahm
500	*Năm trăm*	nahm t[j]rahm
1,000	*Một nghìn [ngàn]*	moht ngyeen [ngan]
5,000	*Năm nghìn [ngàn]*	nahm ngyeen [ngan]
10,000	*Mười nghìn [ngàn]*	mouy ngyeen [ngan]
50,000	*Năm mươi nghìn [ngàn]*	
	nahm mouy ngyeen [ngan]	

100,000	*Một trăm nghìn [ngàn]*
	moht t[j]rahm *ngyeen* [ngan]
500,000	*Năm trăm nghìn [ngàn]*
	nahm t[j]rahm ngyeen [ngan]
1,000,000	*Một triệu* moht t[j]ryew
5,000,000	*Năm triệu* nahm t[j]ryew
10,000,000	*Mười triệu* mouy t[j]ryew

On Money

Vietnamese Currency *Đồng* Dohng

When talking money, it is common to leave out the last three zeros, *nghìn [ngàn]*, and the currency, *đồng*.

In the South, a common way to count tens of thousands, starting with 20,000, is to use *chục (jut)*. For example, 20,000 is *hai chục*; 30,000 is *ba chục*, and so on.

17 Country *Nước* Nouk

Nước is often placed before country's name. By itself, it means "water."

What country are you from?

FORM OF ADDRESS *từ nước nào đến?*
FORM OF ADDRESS dtou nouk now den [duhn]?

Another way to ask:

Quốc tịch FORM OF ADDRESS *là gì?*
Gwok dtihk FORM OF ADDRESS la z[y]ee?

I'm from <u>America</u>.
Tôi từ <u>Mỹ đến</u>.
Dtoy dtou <u>Mee den [duhn]</u>.

I live in Vietnam.
Tôi ở Việt Nam.
Dtoy uh Vietnam.

Canada	**England**	**Australia**
Canada	*Nước Anh*	*Ôx-trây-li-a/Úc*
Ga-na-da	Nouk Ahn	Os-trai-lee-ah/Uk

New Zealand	**France**
Niu Di-lân	*Pháp*
Nyew-zee-lahn	Fap

18 Speak/Say *Nói* Nawy

Do you speak <u>English</u>/<u>Vietnamese</u>?
Anh nói tiếng <u>Anh</u>/<u>Việt</u> được không?
Ahn nawy dteeng <u>Ahn</u>/<u>Viet</u> douk kohng?

I don't speak <u>English</u>/<u>Vietnamese</u>.
Tôi nói tiếng <u>Anh</u>/<u>Việt</u> không được.
Dtoy nawy dteeng <u>Ahn</u>/<u>Viet</u> kohng douk.

I speak a little Vietnamese.
Tôi nói tiếng Việt được một chút.
Dtoy nawy dteeng Viet douk moht ch[j]ut.

How do you say this (in Vietnamese)?
Cái này (trong tiếng Việt) nói thế nào?
Gai nai (t[j]rawng dteeng Viet) nawy tay now?

What did you say?
Anh nói gì?
Ahn nawy z[y]ee?

What did <u>she</u>/<u>he</u> say?
<u>Cô</u>/<u>Anh</u> ấy nói gì vậy?
<u>Goh</u>/<u>Ahn</u> ai nawy z[y]ee v[y]ay?

What is <u>she</u>/<u>he</u> saying?
<u>Cô</u>/<u>Anh</u> ta nói gì?
<u>Goh</u>/<u>Ahn</u> dta nawy z[y]ee?

Please speak slower.
Anh nói chậm giùm.
Ahn nawy ch[j]uhm z[y]um.

Please say it again.
Anh nói lại giùm.
Ahn nawy lai z[y]um.

Another way to say it:
Anh lặp lại giùm.
Ahn lahp lai z[y]um.

19 Understand *Hiểu* Hyew

Do you understand?
Em hiểu không?
Am hyew kohng?

I understand.
(Toi) hiểu.
(Dtoy) hyew.

→ The subject is regularly left off when it is understood.

I understand a little.
Tôi hiểu một chút.
Dtoy hyew moht ch[j]ut.

I don't understand.
Tôi không hiểu.
Dtoy kohng hyew.

I don't understand you.
Tôi không hiểu ý <u>anh</u>/<u>cô</u>.
Dtoy kohng hyew ee <u>ahn</u>/<u>goh</u>.

I understand already.
(Toi) hiểu rồi.
(Dtoy) hyew roy.

20 My   *Của tôi*   Gu-uh dtoy

That's mine.
Cái đó của tôi.
Gai daw gu-uh dtoy.

I think this is my seat.
Tôi nghĩ đây là ghế của tôi.
Dtoy ngyee day [dai] la gay gu-uh dtoy.

This is my friend
Đây là bạn của tôi.
Day [Dai] la ban[g] gu-uh dtoy

My name is Linh.
Tôi tên là Linh.
Dtoy dten la Lihn.

My phone number is _____.
Số điện thoại của tôi là _____.
Shoh dien twai gu-uh dtoy la _____.

→ For numbers, see section 16.

My address is 123 Hai Ba Trung.
Địa chỉ của tôi là 123 Hai Bà Trưng.
Dee-uh ch[j]ee gu-uh dtoy la moht hai ba Hai Ba
T[Jroung.

21 She/He

The hierarchical order for men, in general, based on age in
reference to oneself, is: *em, anh, chú, bác, ông*. The order for
women is: *em, chị, cô, bác, bà*. See notes in section 6.

She/He (younger than yourself)
Em ấy
Am ai

Who is she/he? (younger than speaker)
Em ấy là ai?
Am ai la ai?

She/He is my friend.

Em áy là bạn của tôi.

Am ai la ban[g] gu-uh dtoy.

NOTE: If the she/he is involved in the conversation, his/her name or title would be used, depending on closeness and age in relation to the speaker.

He (similar age or slightly older than yourself)

Anh ấy

Ahn ai

He is the owner.

Anh áy là người chủ.

Ahn ai la ngouy ch[j]u.

He is my husband.

Anh ấy là chồng của tôi.

Ahn ai la ch[j]ohng gu-uh dtoy.

NOTE: Regardless of how old the husband—whether older or younger than the wife—he will be referred to as *anh*.

She (similar age or slightly older than yourself)

Chị ấy

Ch[J]ee ai

She is my wife.

Chị áy là vợ của tôi.

Ch[J]ee ai la v[y]uh gu-uh dtoy.

He (similar age or slightly older in North or much older in South)

Ông ấy

Ohng ai

She (similar age or slightly older in North or much older in South)
Bà ấy
Ba ai

Is he/she Vietnamese?
Ông/Bà ấy ta là người Việt hả?
Ohnq/Ba ai dta la ngouy Viet ha?

He/She is Vietnamese, right?
Phải ông/bà ấy ta là người Việt không?
Fai ohng/ba ai dta la ngouy Viet kohng?

That is my teacher.
Đó là cô giáo của tôi.
Daw la goh z[y]ow gu-uh dtoy.

22 Have *Có* Gaw

I have (it, one, etc.).
Tôi có.
Dtoy gaw.

NOTE: *Có* is also often used to mean "yes" if the preceding question used the verb *có* to ask if you have or did something.

I don't have (it, one, etc.).
Tôi không có.
Dtoy kohng gaw.

Do you have change?
Anh có tiền lẻ không?
Ahn gaw dteen leh kohng?

Do you have a motorbike?
Anh có xe mô tô không?
Ahn gaw seh moh-dtoh kohng?

I have a headache.
Tôi bị nhức đầu.
Dtoy bee nyouk dow.

I don't have (much) money.
Tôi không có (nhiều) tiền.
Dtoy kohng gaw (nyew) dteen.

NOTE: This is a good phrase to use for bargaining.

I don't have (any) money.
Tôi không có tiền.
Dtoy kohng gaw dteen.

I don't have time.
Anh/Em không có rảnh.
Ahn/Em kohng gaw rahn.

I only have twenty dollars.
Tôi chỉ có hai mươi đô (la).
Dtoy ch[j]ee gaw hai mouy doh (la).

23 Go *Đi* Dee

I'm going.
Tôi đi.
Dtoy dee.

I'm going to the market.
Tôi đi chợ.
Dtoy dee ch[j]uh.

I'm going to Hanoi.
Tôi đi Hà Nội
Dtoy dee Ha Noy

Let's go.
Chúng ta đi.
Ch[J]ung dta dee.

I'm not going.
Tôi không đi.
Dtoy kohng dee.

Are you going?
Anh (sẽ) đi không
Ahn (sheh) dee kohng?

I'm (not) going to go.
Tôi sẽ (không) đi.
Dtoy sheh (kohng) dee.

→ *Sẽ* is the future tense, and is regularly left out if the context clear.

I went.
Tôi đã đi.
Dtoy da dee.

→ *Đã* is the past tense and is regularly left out if the context is clear.

I didn't go.
Tôi (đã) không đi.
Dtoy (da) kohng dee.

How do I go/get to Sapa?
Đi Sapa bằng cách nào?
Dee Sapa bahng gak now?

Let's go out (and have some fun).
<u>*Chúng mình*</u>/<u>*Chúng ta*</u> *đi chơi.*
<u>Ch[J]ung mihn</u>/<u>Ch[J]ung dta</u> dee ch[j]uhy.

→ This is a very common expression and can also mean "We're going out." *Chúng mình*/*chúng ta* mean "we" and are optional.

We're going out (to do some stuff).
Đi ra ngoài.
Dee ra ngwai.

We're going to eat dinner.
Đi ăn tối.
Dee ahn[g] dtoy.

Where do you want to go?
Anh muốn đi đâu?
Ahn mun dee dow?

Where are you going?
(Anh) đi đâu?
(Ahn) dee dow?

I want to . . .
Tôi muốn . . .
Dtoy mun . . .

. . . take the train.
. . . *đi xe lửa.*
. . . dee seh lou-uh.

. . . go for a walk.
. . . *đi bộ.*
. . . dee boh.

. . . go to work.
. . . *đi làm.*
. . . dee lam.

. . . go to Sapa
. . . *đi Sa Pa.*
. . . dee Sa Pa.

. . . go to sleep/bed.
. . . *đi ngủ.*
. . . dee ngu.

Eat.
Ăn đi.
Ahn[g] dee.

NOTE: A verb is converted to a command when *đi* follows it. It could mean either "You better do something" or "Go ahead and do something." The tone conveys the degree of terseness.

24 Yet/Still   *Chưa*   Ch[J]ou-uh

Have you eaten yet?
(Anh) ăn chưa?
(Ahn) ahn[g] ch[j]ou-uh?

→ This is a common icebreaker or greeting.

Not yet.
Chưa.
Ch[J]ou-uh.

Are you married yet?
Anh có gia đình chưa?
Ahn gaw z[y]a dihn ch[j]ou-uh?

Do you have kids yet?
Anh có con chưa?
Ahn gaw gawn ch[j]ou-uh?

Have you been to Nha Trang yet?
Anh đi Nha Trang chưa?
Ahn dee Nya Trang ch[j]ou-uh?

Are you full yet?
Anh (ăn) no chưa?
Ahn (ahn[g]) naw ch[j]ou-uh?

25 Already, past tense marker   *Rồi*   Roy

I've eaten already.
(Tôi) ăn rồi.
(Dtoy) ahn[g] roy.

I'm already married.
Tôi có gia đình rồi.
Dtoy gaw z[y]a dihn roy.

I've been there already.
Tôi đến đó rồi.
Dtoy den [duhn] daw roy.

I already have <u>it/that</u>.
Tôi có <u>nó</u>/<u>cái đó</u> rồi.
Dtoy gaw <u>naw</u>/<u>gai daw</u> roy.

NOTE: *Nó* means "it" and *cái đó* means "that thing."

I already called a taxi.
Tôi gọi xe tắc xi rồi.
Dtoy gawy seh dtak-see roy.

I already ordered (food).
Tôi gọi thức ăn rồi.
Dtoy gawy touk ahn[g] roy.

After we eat, I will study.
Sau khi ăn (xong) rồi, tôi sẽ học bài.
Show kee ahn[g] (sawng) roy, dtoy sheh hawp bai.

NOTE: Some people will just answer *Rồi* after a question that asks if something has already happened. In other words, in response to "Did you go to the store?", the answer "I went already" can be summed up with one word: "*Rồi.*"

26 What? *Gì* Z[Y]ee

What is this?
Cái này là gì?
Gai nai la z[y]ee?

What is that?
Đó là gì?
Daw la z[y]ee?

What do you recommend to eat?
Anh đề nghị món ăn nào?
Ahn day ngyee mawn ahn[g now?

What do you recommend to drink?
Anh đề nghị thức uống nào?
Ahn day ngyee touk ung now?

What do you mean?
Ý anh muốn nói gì?
Ee ahn mun nawy z[y]ee?

What does it mean?
Đó ý là gì?
Daw ee la z[y]ee?

Nothing./It's nothing./Never mind.
Không có gì.
Kohng gaw z[y]ee.

What is your name?
Anh/Cô tên (là) gì?
Ahn/Goh dten (la) z[y]ee?

NOTE: *Anh* is for a male your age or slightly older, and *cô* is for a female your age or slightly older. In the South, *cô* is used for a woman much older than yourself.

What (did you say)?
Anh/Cô nói gì?
Ahn/Goh nawy z[y]ee?

Another way to say this is:
Anh/Cô nói sao?
Ahn/Goh nawy show?

What are you eating?
Anh ăn gì đó?
Ahn ahn[g] z[y]ee daw?

What are you watching?
Anh (đang) xem gì đó?
Ahn (dang) sem z[y]ee daw?

NOTE: *đang* is the grammar word for the present continuous tense but is often left out because the tense is understood by the context.

What country are you from?
Anh/Cô từ nước nào đến?
Ahn/Goh dtou nouk now den [duhn]?

What time is it?
Bây giờ là mấy giờ?
Bay z[y]uh la may z[y]uh?

NOTE: These last two sentences ask "What?" by using question words for "Which?" and What time?"

27 Name *Tên* Dten

My name is . . .
Tôi tên là . . .
Dtoy dten la . . .

What is your name?
Em tên là gì?
Am dten la z[y]ee?

NOTE: *Em* is said to a younger man or woman.

What is your name?
Ông tên là gì?
Ohng dten la z[y]ee?

NOTE: *Ông* is another way to address any man. *Đàn ong* means "man/male."

What is your name?
Bà tên là gì?
Ba dten la z[y]ee?

NOTE: *Bà* is said to a woman your age or older in the North and an older woman in the South.

What is his name?
Ông ấy tên là gì?
Ohng ai dten la z[y]ee?

What is her name?
Bà ấy tên là gì?
Ba ai dten la z[y]ee?

What is his/her name?
Em ấy tên là gì?
Am ai dten la z[y]ee?

NOTE: This is used to ask about a younger person. *Em* could refer to either sex as long as the person is younger.

What's your name?
Tên gì?
Dten z[y]ee?

NOTE: When the person being talked about is understood, the pronoun is often left out. In this case, *là* (meaning "is") is also left out to make the sentence shorter.

What is the name of this place?
Ở đây gọi là gì?
Uh day [dai] gawy la z[y]ee?

Lit.: What is this place called?

What is the name of this restaurant?
Tên của nhà hàng này là gì?
Dten gu-uh nya hang nai la z[y]ee?

How do you spell your name?
Làm sao đánh vần tên anh?
Lam show dahn vuhn dten ahn?

Names in Vietnam

Vietnamese write their family name first, followed by their middle, then first name: *Đoàn Thiên Thanh*, for example. *Đoàn* is the family name, which means "together." *Thanh* is the first name, and *Thiên* is the middle name. The middle name in many cases is combined with the first name to form a separate meaning that has some significance to the parents. In this case, *Thiên Thanh* means "Blue Sky." She was the first child in the family born in the U.S., and they associated this with the big, blue sky, full of opportunity.

28 Ask/Answer *Hỏi/Đáp* Hawy/Dap

Ask/Answer a question
Hỏi/Đáp một câu hỏi
Hawy/Dap moht gow hawy

Can I ask you something?
Tôi có thể hỏi anh vài điều?
Dtoy gaw tay hawy ahn vai dyew?

Don't ask.
Đừng hỏi.
Doung hawy.

I'd like to ask for a receipt.
Tôi muốn xin một biên nhận.
Dtoy mun seen moht bien nyuhn.

I asked for her number.
Tôi hỏi số của cô/em ấy.
Dtoy hawy shoh gu-uh goh/em ai.

I (don't) know the answer.
Tôi (không) biết câu trả lời.
Dtoy (kohng) biek gow t[j]ra luhy.

What is the answer?
Câu trả lời là gì?
Gow t[j]ra luhy la z[y]ee?

No one answered (phone).
Không ai trả lời (điện thoại).
Kohng ai t[j]ra luhy (dien twai).

29 Order (food/drinks)   *Gọi (thức ăn/uống)*
Gawy (touk ahn[g]/ung)

I'd like to order (something to <u>eat</u>/<u>drink</u>).
Tôi muốn gọi (<u>vài món ăn</u>/<u>vài thức uống</u>).
Dtoy mun gawy (<u>vai mawn ahn[g]</u>/<u>vai touk ung</u>).

Have you ordered?
Bạn đã gọi chưa?
Ban[g] da gawy ch[j]ou-uh?

NOTE: *Bạn* literally means "friend" and is often used to denote "you," in a casual sense, like "dude" or "chica."

I already ordered.
Tôi (đã) gọi rồi.
Dtoy (da) gawy roy.

Are you ready to order (something to <u>eat</u>/<u>drink</u>)?
Bạn sẵn sàng để gọi (<u>thức ăn</u>/<u>thức uống</u>) chưa?
Ban[g] shahn[g] shang day gawy (<u>touk ahn[g]</u>/<u>touk ung</u>) ch[j]ou-uh?

What do you want to order (to eat)?
Bạn muốn gọi (món) gì?
Ban[g] mun gawy (mawn) z[y]ee?

30 Eat *Ăn* Ahn[g]

Eating is one of the most common subjects of conversation in Vietnam, and food usually serves as an icebreaker when getting to know someone.

Have you eaten yet?
Anh ăn (cơm) chưa?
Ahn ahn[g] (guhm) ch[j]ou-uh?

I ate already.
Tôi ăn rồi.
Dtoy ahn[g] roy.

Go on and eat. Don't worry.
Ăn đi. Đừng ngại.
Ahn[g] dee. Doung ngai.

→ *Đừng ngại* means to make oneself comfortable.

Eat more.
Ăn thêm nữa đi.
Ahn[g] tem nou-uh dee.

What do you want to eat?
Anh/Em muốn ăn gì?
Ahn/Am mun ahn[g] z[y]ee?

Let's get something to eat.
Chúng ta hãy đi ăn.
Ch[J]ung dta hai dee ahn[g].

→ Lit.: Let's go eat.

I want to eat pho.
Tôi muốn ăn phở.
Dtoy mun ahn[g] fuh.

Let's eat. (polite)
Xin mời mọi người.
Seen muhy mawy ngouy.

NOTE: At the start of a meal it is common for the host/hostess or one of the younger participants to "invite everyone to start," using the expression *Xin mời mọi người*. This is out of respect for the guest(s) or elders among the group, and lets everyone know it's OK to start eating.

Where do you want to eat?
Anh/Em muốn ăn ở đâu?
Ahn/Em mun ahn[g] uh dow?

I'd like to eat vegetarian.
Tôi thích ăn đồ chay.
Dtoy tihk [tout] ahn[g] doh ch[j]ai.

I don't eat beef/spicy food.
Tôi không ăn thịt bò/cay.
Dtoy kohng ahn[g] tiht baw/gai.

Can you eat spicy food?
Anh ăn cay được không?
Ahn ahn[g] gai douk khong?

I'm hungry.
Tôi đói bụng quá.
Dtoy dawy bung gwa.

Common Rice Dishes

Uncooked rice
Gạo
Gow

Cooked rice
Cơm
Guhm

Broken rice
Cơm tấm
Guhm dtuhm

NOTE: *Cơm tấm* is cooked rice from fractured rice grains and is often less expensive than whole grain rice. Traditionally, mostly the poor, laborers and rural people ate it, but that has changed. Now, broken rice dishes can be found everywhere, at restaurants, cafes and at street stalls, and it is popular among everyone.

Fried rice
Cơm chiên
Guhm ch[j]een

Rice with chicken
Cơm gà
Guhm ga

Sticky rice
Xôi
Soy

Xôi is served in various ways—and the time of day it is sold dictates the flavor. The morning variety tends to be served with meat (pork, shredded chicken, Chinese sausage) or without meat but still hearty, while the early evening version comes in many colors (purple, orange, black, white, green) and is topped with sugar, coconut milk and shredded coconut. This version is eaten as a snack before dinner or as a dessert.

Common Soup & Noodle Dishes

Phở is the most common Vietnamese meal outside of Vietnam, because the ingredients are generally easy to get. What makes a good bowl of *phở*, however, is the broth. The basis for the soup is beef and rice noodles, but you can order it with various types of meat. *Phở* is always served with a side plate of bean sprouts, basil, onion, green slices of chili, a slice of lime, and a type of cilantro. Red chili paste and bean sauce are also optional seasonings.

COMMON TYPES OF *PHỞ*:

Well done	**Brisket**
Phở chín	*Phở nạm*
Fuh ch[j]een	Fuh nam

Medium rare	**Tendons**
Phở tái	*Phở gân*
Fuh dtai	Fuh guhn

OTHER SOUPS:

Spicy beef noodle soup
Bún bò Huế
Bun baw Hway

→ Thought to have originated in Huế in central Vietnam, where the foods tend to be spicier than anywhere else in the country. A similar soup called *Bún bò* is less spicy and usually lacks lemongrass.

Vermicelli and egg noodle soup with sliced pork
Hủ tiếu mì
Hu dtyew mee

Yellow noodle, pork, and egg soup
Mì quảng
Mee qwang

→ In its best-known form, which originated in Da Nang, the dish is most often made from wide rice noodles called *lá mì*. The yellow version of *lá mì* uses turmeric. The noodles are cooked and served with seasoned pork (sliced or chunks), half of a hard-boiled egg, sautéed shrimp, peanuts, chili pepper, rice cracker, and fresh vegetables: water mint (*rau húng lủi*), basil, coriander, shaved banana flower (*bắp chuối bào*), and lettuce.

Mì quảng sold in Ho Chi Minh City by immigrants tends to contain more broth and is therefore more like a soup. The noodles are flatter, more similar to *phở* noodle threads.

Crispy fried egg noodle with stir-fried vegetables and meat or seafood in a thick sauce.
Mì xào dòn
Mee sow dtawn

Rice porridge
Cháo
Ch[J]ow

Soupy plain rice (which can be eaten with salted egg, pickled vegetables or floss pork)
Cháo trắng
Ch[J]ow t[j]rahng

Chicken porridge
Cháo gà
Ch[J]ow ga

Duck porridge
Cháo vịt
Ch[J]ow veet

With innards—sausage made of various pig organs
Cháo lòng heo
Ch[J]ow lawng heh-oh

Cooked with a hearty fish
Cháo cá
Ch[J]ow ga

Bread Notes

Bread
Bánh mì
Bahn mee

→ You can buy two types of bread from bakers on the street. Regular bread is cheaper, without much of an inside, while full bread is more expensive and doughy inside. You'll recognize both as a French baguette.

Can I have a loaf of (regular) bread?
(Bán) cho tôi một ổ bánh mì.
(Ban[g]) ch[j]aw dtoy moht oh bahn mee.

→ Lit.: Sell me a loaf of bread.

Full bread
Bánh mì đặc ruột
Bahn mee dahp rut

I'll have a pork sandwich.
Bán cho tôi một ổ bánh thịt heo.
Ban[g] ch[j]aw dtoy moht oh bahn tiht [tout] heh-oh.

NOTE: *Bánh* refers to more than just bread:

Bánh bao (bahn bow) is the Vietnamese name for Chinese "steamed buns," which are steamed white dough wrapped around different types of fillings, such as *xá xíu* (BBQ pork), popular at dim sum restaurants. One kind often found in Vietnam has ground pork filling with an egg in the middle.

Bánh bèo (bahn beh-oh) are small, steamed rice-flour cakes that are topped with crushed shrimp and mung bean and eaten with fish sauce.

(Bánh) Bột chiên (banh boht ch[j]een) is a Chinese dish that was adapted to fit Vietnamese tastes. The literal translation is "fried dough." It is often a cheap snack or breakfast for students.

Bánh xèo (bahn seh-oh) is a type of crêpe made of rice flour with tumeric, coconut milk, shrimp with shells, slivers of fatty pork, sliced onions, and sometimes button mushrooms.

Bánh cuốn (bahn gun) is a crêpe-like roll made from a thin, wide sheet of rice flour filled with ground pork, minced wood-ear mushroom, and other ingredients.

31 Drink *Uống* Ung

I'd like a glass of <u>water</u>/<u>beer</u>/<u>alcohol</u>.
Cho tôi một ly <u>nước</u>/<u>bia</u>/<u>rượu</u>.
Ch[J]aw dtoy moht ly <u>nouk</u>/<u>bee-uh</u>/<u>rou-u</u>.

NOTE: *Cho tôi xin* is used to be more respectful, such as at a person's house.

I need something to drink.
Tôi cần uống.
Dtoy guhn ung.

What would you like to drink?
Anh muốn uống gì?
Ahn mun ung z[y]ee?

I'll have <u>hot</u>/<u>iced</u> tea.
Cho tôi trà <u>nóng</u>/<u>đá</u>.
Ch[J]aw dtoy t[j]ra <u>nawng</u>/<u>da</u>.

I'll have a <u>glass</u>/<u>can</u> of beer.
Cho tôi một <u>ly</u>/<u>lon</u> bia.
Ch[J]aw dtoy moht <u>lee</u>/<u>lawn</u> bee-uh.

I don't drink alcohol.
Tôi không uống rượu.
Dtoy kohng ung rou-u.

Drink it.
Uống đi. (informal)
Ung dee.

→ Lit.: Go ahead and drink

Let's go for a drink.
Chúng ta hãy đi uống rượu.
Ch[J]ung dta hai dee ung rou-u.

→ Lit.: Let's go drink some alcohol.

Will you have a drink with me?
Anh uống với tôi được không?
Ahn ung vuhy dtoy douk kohng?

→ This assumes you're already at a bar.

What are you drinking?
Anh uống gì đó?
Ahn ung z[y]ee daw?

I'm drinking rau ma.
Tôi uống nước rau má.
Dtoy ung nouk row ma.

Cheers.
Dô.
Z[Y]oh.

I'm (very) thirsty.
Tôi khát nước quá.
Dtoy kak nouk gwa.

Drink Notes

Coffee (*Cà phê*) is a staple drink among much of the population, and there are many ways to order.

Black coffee
Cà phê đen
Ga fay den

Coffee with sweet milk (hot)
Cà phê sữa nóng
Ga fay shou-uh nawng

Coffee and sweet milk (with ice)
Cà phê sữa đá
Ga fay sou-uh da

Iced coffee (black)
Cà phê đá
Ga fay da

NOTE: When ordering iced coffee, you'll automatically get black iced coffee. This is the normal coffee on ice. Specify, as shown above, if you want milk added.

Spoon
Cái thìa
Gai tee-uh

→ More commonly used in the North. Another way to say "spoon," mostly in the South, is: *Cái muỗng (Gai mung)*.

Fruit shakes and yogurt drinks are just as popular as coffee amoung the younger population, and these can be combined with nearly any fruit:

Yogurt
Yaourt FRUIT NAME
Yow ur FRUIT NAME

Squeezed juice
Nước ép FRUIT NAME
Nouk ep FRUIT NAME

Smoothies
Sinh tố FRUIT NAME
Shihn dtoh FRUIT NAME

Fruit Notes

Fruit
Quả/[Trái cây]
Gwah/[Jrai gai]

→ The North tends to say *quả*, while the South tends to say *trái*, pronounced "*jrai*."

Apple
Táo
Dtow

Avocado
Bơ
Buh

Banana
Quả/[Trái] chuối
Gwah/[Jrai] ch[j]uy

Carrot
Củ cà rốt
Gu ga roht

Coconut
Dừa
Z[Y]ou-uh

Soursop/Custard Apple
Quả na [Trái mãng cầu]
Gwah na [T[J]rai mang gow]

→ These two fruits are from the same family and basically the same, with different names in the North and South.

Durian
Sầu riêng
Show reeng

Grapes
Nho
Nyaw

Mango
Xoài
Swai

Pineapple
Dứa/[Thơm]
Zou-uh/[Tuhm]

Pomelo
Bưởi
Bouy

Rambutan
Chôm chôm
Ch[j]ohm ch[j]ohm

Strawberry
Dâu (tây)
Z[Y]oh (dtay)

Watermelon
Dưa hấu
Z[Y]ou-uh how

Mangosteen
Măng cụt
Mahng gu(t)

32 Spicy *Cay* Gai

Spicy
Cay
Gai

Chili
Ớt
Uht

Do/Can you eat spicy food?
Anh ăn món cay được không?
Ahn ahn[g] mawn gai douk kohng?

Do you want chilis?
Anh cần ớt không?
Ahn guhn uht kohng?

I like it spicy./Spicy is OK.
Làm cho cay.
Lam ch[j]aw gai.

No chilis.
Không ớt.
Kohng uht.

Not spicy, please.
Không cay giùm.
Kohng gai z[y]um.

It's too spicy.
Cay quá.
Gai gwa [wa].

It's not too spicy.
Không (có) cay lắm.
Kohng (gaw) gai lahm.

33 Like   *Thích*   Tihk/[Tout]

I like (it/this/that, etc.).
Tôi thích.
Dtoy tihk [tout].

NOTE: "Like" in the sense of "want to" is expressed with the verb *muốn*, explained in section 36. Here and below the object is understood.

I don't like (it/this/that, etc.).
Tôi không thích.
Dtoy kohng tihk [tout].

Do you like (it/this/that, etc.)?
Anh thích không?
Ahn tihk [tout] kohng?

I like it a lot.
Tôi rất thích.
Dtoy ruht tihk [tout].

Do you like <u>fish sauce</u>?
Anh thích <u>nước mắm</u> không?
Ahn tihk [tout] <u>nouk mahm</u> kohng?

→ Substitute any noun in place of **fish sauce**, *nước mắm*.

NOTE: Fish sauce (*nước mắm*) is a staple ingredient in most Southeast Asian cuisines. It is derived from fish that have been allowed to ferment. Some have a strong smell, while others do not. Still, it may take some time to get used to.

I really like <u>Saigon</u>/<u>333</u> beer.
Tôi rất thích bia <u>Sàigon</u>/<u>ba ba ba</u>.
Dtoy ruht tihk [tout] bee-uh <u>Sai Gawn</u>/<u>ba ba ba</u>.

I like you (female)/(male)/(younger female or male).
Tôi thích cô/anh/em.
Dtoy tihk goh/ahn/am.

Another way to say it:
Tôi mến cô/anh/em.
Dtoy men goh/ahn/am.

Common Desserts

Chè (Ch[J]eh) refers to any traditional sweet dessert soup or pudding, served hot or cold. A few varieties are listed below:

Red bean
Chè đậu đỏ
Ch[J]eh doh daw

Mung bean
Chè đậu xanh
Ch[J]eh doh sahn

Corn
Chè bắp
Ch[J]eh bahp

Banana
Chè chuối
Ch[J]eh ch[j]uy

Peanut
Chè lạc/[Chè đậu phụng]
Cheh lak/[Jeh doh fung]

Tofu and Hot Tofu
Tofu, or bean curd, is of Chinese origin and made by co-agulating soy milk and then pressing the resulting curds into blocks. There are many different varieties, including tofu that has been processed in some way. Tofu has very little flavor or smell on its own, so it can be used either in savory or sweet dishes, and is often seasoned or marinated to suit the dish. In Vietnam, tofu is pronounced "đậu hủ"

[doh hu], and the special tofu dessert is called *tàu (đậu) hũ nước đường*. This variety of soft tofu is served with a sugary ginger-flavored syrup. It is often sold by street vendors who carry the pot, utensils, and sometimes small chairs for customers in *đòn gánh* (two baskets slung from each end of a wooden or bamboo pole). There's an art to serving this dish. When you order a bowl, the vendor will scoop the tofu into a serving using a very shallow and flat spoon and pour the syrup on top, and in some cases you'll have the option to add coconut milk and ginger. It is generally eaten hot, even during summer.

34 More/Another *Thêm* Tem

There are three ways to ask for more of something:

→ *Cho thêm . . . nữa.*
→ *Cho thêm . . .*
→ *Đem thêm . . . giùm.*

Can you bring me another coffee?
Cho thêm một ly cà phê nữa.
Ch[J]aw tem moht lee ga fay nou-uh.

→ Lit.: Bring me another cup of coffee.

Excuse me, waiter. Can I have more tea?
Anh ơi, cho thêm trà.
Ahn uhy, ch[j]aw tem t[j]ra.

→ *Cho* means "to give," so literally, you're telling the person to give you more tea. In this context, it's not impolite.

Please bring me another plate.
Anh đem thêm một đĩa giùm.
Ahn dem tem moht dee-uh z[y]um.

Can I have some more (of something)?
Cho thêm . . .
Ch[J]aw tem . . .

Eat some more.
Ăn thêm.
Ahn[g] tem.

Another way to say this is:
Ăn nửa đi.
Ahn[g] nou-uh dee.

Bring another pair of chopsticks.
Cho thêm một đôi đũa.
Ch[J]aw tem moht doy dou-uh.

35 A little/A bit *Chút* Chut [Jup]

A little
Một chút
Moht chut [jup]

Wait a bit.
Chờ một chút.
Chuh moht chut [jup].

Waiter, can I have a little more rice?
Anh ơi, cho thêm ít cơm nữa.
Ahn uhy, ch[j]aw tem iht guhm nou-uh.

Another way to say this, particularly in the South, is:

Waiter, can I have a little more rice?
Anh ơi, cho thêm một chút cơm nữa.
Ahn uhy, ch[j]aw tem moht ch[j]ut guhm nou-uh.

Drive a little further (please).
Đi thêm một chút nữa (giùm).
Dee tem moht ch[j]ut nou-uh (z[y]um).

Try (taste) a little bit.
Thử một chút.
Tou moht chut [jup].

I understand a little.
Tôi hiểu một chút.
Dtoy hyew moht chut [jup]

36 Want/Would like   *Muốn*   Mun

I want (it, some, etc.).
Tôi muốn.
Dtoy mun.

NOTE: The object is understood in this case and below. To specify, add the noun or verb.

I don't want (it, some, etc.).
Tôi không muốn.
Dtoy kohng mun.

Do you want (it, some, etc.)?
Anh muốn không?
Ahn mun kohng?

What do you want?
Anh muốn gì?
Ahn mun z[y]ee?

Where do you want to go?
Anh muốn đi đâu?
Ahn mun dee dow?

What would you like to do?
Anh muốn làm gì?
An mun lam z[y]ee?

I want to go to Dam Sen Waterpark.
Tôi muốn đi Đầm Sen.
Dtoy mun dee Dam Sen.

I want to buy that shirt.
Tôi muốn mua cái áo đó.
Dtoy mun mu-uh gai ow daw.

37 Who? *Ai* Ai

Who is/was it? (at the door)
Ai đó?
Ai daw?

Excuse me, who is this (on the phone)?
Xin lỗi, anh/cô/em tên chi vậy?
Seen loy, ahn/goh/am dten ch[j]ee vay?

Who do you want to speak to?
Anh muốn nói chuyện với ai?
Ahn mun nawy ch[j]wen vuhy ai?

Who is that? (he/she)

Người anh/cô đó là ai vậy?

Ngooy ahn/goh daw la ai v[y]ay?

NOTE: *Vậy* is an ending word that has no meaning in English but is used fairly frequently to make the sentence sound more complete. It could be likened to the Canadian "hey?"

Who knows?

Ai biết?

Ai biek?

Is there anyone here?

Có ai ở đây không?

Gaw ai uh day [dai] kohng?

38 Meet/See *Gặp* Gahp

Who are you meeting?

Em gặp ai?

Am gahp ai?

NOTE: Depending on the context, this could mean, "Who did you meet?" or "Who are you going to meet?" There are ways to make this clear using words that denote time, which we will learn later, but it's best to be aware that this is the common way to speak.

I'm meeting a friend.

Tôi gặp bạn.

Dtoy gahp ban[g].

See you later.
Hẹn gặp lại.
Hen gahp lai.

See you tomorrow.
Hẹn gặp lại ngày mai.
Hen gahp lai ngai mai.

See you tomorrow morning.
Hẹn gặp lại sáng mai.
Hen gahp lai shang mai.

Let's meet at 10:00.
Chúng ta gặp lúc mười giờ sáng.
Ch[J]ung dta gahp luk mouy z[y]uh shang.

Can we meet tomorrow?
Chúng ta gặp ngày mai được không?
Ch[J]ung dta gahp ngai mai douk kohng?

Other phrases that use gặp:

Lucky
Gặp may/Gặp hên
Gahp mai/Gahp hen

I got/am lucky.
Tôi gặp may.
Dtoy gahp mai.

You are so lucky!
Anh may mắn quá!
Ahn mai mahn[g] gwa!

Unlucky
Gặp không may/Gặp xui
Gahp kohng mai/Gahp suy

Good luck.
Chúc anh may mắn/gặp may.
Ch[J]uk ahn <u>mai mahn[g]</u>/<u>gahp mai</u>.

39 Why?/Because   *Tại sao/Tại vì?*
Dtai show/Dtai vee

Why?
Tại sao?
Dtai show?

Because . . .
Tại vì . . .
Dtai vee . . .

Why are you tired?
Tại sao anh mệt ?
Dtai show ahn meht?

Because it's so hot.
Tại vì nóng quá.
Dtai vee nawng gwa [wa].

Why are you studying Vietnamese?
Tại sao anh học tiếng Việt?
Dtai show ahn hawp dteeng Viet?

Because I have a Vietnamese girlfriend.
Tại vì bạn gái của tôi là người Việt.
Dtai vi ban[g] gai gu-uh dtoy la nguy Viet.

NOTE: Most of the time, Vietnamese will likely drop the
Tại when they answer and instead start with *Vì*, particularly
in the South.

40 How? *Thế nào* Tay now

How is it?
Thấy thế nào?
Tay tay now?

How is the weather?
Thời tiết ở đó thế nào?
Tuhy dteet uh daw tay now?

How is the food? (that you are eating)
Món đó thế nào?
Mawn daw tay now?

How is the food? (in general)
Thức ăn đó thế nào?
Touk ahn[g] daw tay now?

How is the road?
Đường đi thế nào?
Doung dee tay now?

How do you eat it?
Ăn thế nào?
Ahn[g] tay now?

What do you think about it?
Anh nghĩ thế nào?
Ahn ngyee tay now?

How do I get to the train station?
Làm ơn chi đường đến nhà ga giùm?
Lam uhn ch[j]ee doung duhn nya ga z[y]um?

How do/did you do it?
Làm thế nào?
Lam tay now?

41 When? *Khi nào* Kee now

When are you going? (said to a person younger than you)
Khi nào em đi?
Kee now am dee?

→ For a person older than yourself, see section 6.

When did you come to Vietnam?
Anh đến Việt Nam khi nào?
An den [duhn] Vietnam kee now?

When can you meet?
Khi nào mình gặp nhau được?
Kee now mihn gahp nyow douk?

When do you open/close?
Khi nào nhà mơ cửa/đóng cửa?
Kee now nya muh gou-uh/dawng gou-uh?

When does the bus <u>leave</u>/<u>arrive</u>?
Khi nào xe búyt sẽ <u>rời</u>/<u>đến</u>?
Kee now seh bweet sheh <u>ruhy</u>/<u>den</u>?

When is the next bus?
Khi nào chuyến xe búyt tiếp sau sẽ đến?
Kee now ch[j]wen seh bweet dteep show sheh den?

When is the next train?
Khi nào chuyến xe lửa tiếp sau sẽ đến?
Kee now ch[j]wen seh lou-uh dteep show sheh den?

When does the rainy season <u>begin</u>/<u>end</u>?
Khi nào mùa mưa sẽ <u>bắt đầu</u>/<u>chấm dứt</u>?
Kee now mu-uh mou-uh sheh <u>baht dow</u>/<u>ch[j]uhm yout</u>?

42 How long? *Bao lâu* Bow low

How long is the bus ride?
Chuyến xe búyt đi hết bao lâu?
Ch[J]wen seh bweet dee huht bow low?

How long has it been?
Bao lâu rồi?
Bow low roy?

→ Remember that *bow low* rhymes with the English *now*, not *mow*.

How long is the flight?
Chuyến bay bao lâu?
Ch[J]wen bai bow low?

How long will you be in Vietnam?
Anh sẽ ở Vietnam bao lâu?
Ahn sheh uh Vietnam bow low?

How long have you been in Vietnam?
Anh đã ở Vietnam bao lâu rồi?
Ahn da uh Vietnam bow low roy?

Long time, no see.
Đã lâu không gặp.
Da low kohng gahp.

43 Which (one)? *(Cái) Nào* (Gai) Now

Which one is it?
Cái nào?
Gai now?

Which one do you want?
Anh muốn cái nào?
Ahn mun gai now?

Which way (are you going)?
Đường nào?
Doung now?

→ Lit.: Which street is it?

NOTE: If you park a motorbike, the attendant will often ask, "Which way are you going?" so he will know which way to point your motorbike for when you return.

Which shirt/dress do you like?
Anh thích cái <u>áo sơ mi</u>/<u>áo đầm nào</u>?
Ahn tihk [tout] gai <u>ow shuh mee</u>/<u>ow dahm</u> now?

→ The traditional Vietnamese dress is *áo dài* (ow z[y]ai).

Which is better?
Cái nào tốt hơn?
Gai now dtoht huhn?

Which way to Le Loi Street?
Đường nào là đường Lê Lợi?
Doung now la doung Lay Luhy?

Which way do you want to go? (taxi will ask you)
Anh muốn đi đường nào?
Ahn mun dee doung now?

NOTE: Sometimes taxi drivers will ask you this to see if you know the route. If you don't seem to know, some will take you the long way, which may not cost much more to you but can waste a lot of your time. See **TAXI NOTES** for more on communicating with your driver, page 91.

44 This/That *Này/Đó* Nai/Daw

This (thing)
(Cái) này
(Gai) nai

That (thing)
(Cái) đó
(Gai) daw

This street/That street
Đường này/Đường đó
Doung nai/Doung daw

This side/That side (of the street)
Bên này/Bên kia
Buhn nai/Buhn gee-uh

What is this?/What is that?
Cái này là gì?/Cái đó là gì?
Gai nai la z[y]ee?/Gai daw la z[y]ee?

This/That is a rambuton.
Cái này/đó là trái chôm chôm.
Gai nai/daw la t[j]rai ch[j]ohm ch[j]ohm

How do you say this/that?
Cái này/đó gọi là gì?
Gai nai/daw gawy la z[y]ee?

45 Here/There *Ở đây/Đằng kia*
Uh day [dai]/Dahng gee-uh

It's here.
Ở đây.
Uh day [dai].

It's there.
Đằng kia.
Dahng gee-uh.

Turn here.
Quẹo ở đây.
Gweh-oh uh day [Weh-oh uh dai].

Turn there.
Quẹo ở đằng kia.
Gweh-oh [Weh-oh] uh dahng gee-uh.

It's loud in here.
Ở đây ồn quá.
Uh day ohn qwa [Uh dai ohng wa].

Is it near here?
Ở gần đây không?
Uh guhn day kohng?

Is it near there?
Ở gần đằng kia không?
Uh guhn dahng gee-uh kohng?

It's near here.
Gần đây.
Guhn day/[dai].

It's near there/that.
Gần đó.
Guhn daw.

It's very near there.
Rất gần đằng kia.
Ruht guhn dahng gee-uh.

46 Come/Arrive *Đến* Den [Duhn]

I'm coming.
Tôi sẽ đến.
Dtoy sheh den [duhn].

I will not come.
Tôi sẽ không đến.
Dtoy sheh kohng den [duhn].

I can't come.
Tôi không đến được.
Dtoy kohng den [duhn] douk.

I will come tomorrow.
Ngày mai tôi sẽ đến.
Ngai mai dtoy sheh den [duhn].

I will come at 1:00.
Tôi sẽ đến lúc một giờ.
Dtoy sheh den [duhn] luk moht z[y]uh.

Come with me/us.
Hãy đến với tôi/chúng tôi.
Hai den [duhn] vuhy dtoy/ch[j]ung dtoy.

NOTE: Without *Hãy*, it would sound like a command. *Hãy* softens it to mean "Let's."

Is she/he coming?
Cô/Anh ấy đến không?
Goh/Ahn ai den [duhn] kohng?

What time are you coming?
Mấy giờ anh sẽ đến?
May z[y]uh ahn sheh den [duhn]?

What time does the bus arrive?
Mấy giờ xe buýt sẽ đến?.
May z[y]uh seh bweet sheh den [duhn]?

What time does the train leave?
Máy giờ xe lửa sẽ rời?
May z[y]uh seh lou-uh sheh ruhy?

I'll be there in five minutes.
Tôi sẽ đến đó trong vòng năm phút.
Dtoy sheh den [duhn] daw t[j]rawng vawng nahm fut.

I want to fly from Hanoi to Hue.
Tôi muốn bay từ Hà Nội đến Huế.
Dto mun bai dtou Hanoy den [duhn] Hway.

47 Know *Biết* Biek

I know.
Tôi biết.
Dtoy biek.

I don't know.
Tôi không (có) biết.
Dtoy kohng (gaw) biek.

Do/Did you know?
Có biết không?
Gaw biek kohng?

→ Both subject and object are understood in this case.

No one knows.
Không ai biết.
Kohng ai biek.

What do you know about . . . ?
Anh có biết về . . . ?
Ahn gaw biek vay . . . ?

Do you know who <u>he</u>/<u>she</u> is?
Anh biết <u>anh ấy</u>/<u>chị ấy</u> là ai không?
Ahn biek <u>ahn ai</u>/<u>ch[j]ee ai</u> la ai kohng?

Sam, do you know Linh?
Sam có biết Linh không?
Sam, gaw biek Linh kohng?

I already know <u>Linh</u>/<u>her</u>.
Tôi biết <u>Linh</u>/<u>cô ấy</u>.
Dtoy biek <u>Linh</u>/goh ai.

Do you (<u>man</u>/<u>woman</u>) know how to use chop-sticks?
<u>Anh</u>/<u>Cô</u> biết dùng đũa không?
<u>Ahn</u>/<u>Goh</u> biek z[y]ung du-uh kohng?

What are you (<u>man</u>/<u>woman</u>) doing/making?
<u>Anh</u>/<u>Cô</u> làm gì?
<u>Ahn</u>/<u>Goh</u> lam z[y]ee?

NOTE: At the end of this sentence and some others, it is common in the North to add *vậy* (vay), and in the South *đó* (daw).

I'm doing/making . . .
Tôi làm . . .
Dtoy lam . . .

What do you do (for work)?
Công việc của em/anh là gì?
Gohng viek gu-uh am/ahn la z[y]ee?

Another way to say this is:
Việc làm của anh là gì?
Viek lam gu-uh ahn la z[y]ee?

I work in Los Angeles.
Tôi làm ở Los Angeles.
Dtoy lam uh Laws Ahn-jeh-les.

I'm working.
Tôi đang làm việc.
Dtoy dang lam viek.

I work at Intel.
Tôi làm việc ở Intel.
Dtoy lam viek uh Intel.

Please speak softly.
Anh làm ơn nói nhỏ giùm.
Ahn lam uhn nawy nyaw z[y]um.

Please speak slowly.
(Anh làm ơn) nói chậm thôi/giùm.
(Ahn lam uhn) nawy ch[j]uhm toy/z[y]um.

Can you do it?
Anh làm được không?
Ahn lam douk kohng?

The chair is made of wood.
Ghế làm bằng gỗ.
Gay lam bahng goh.

Don't go.
Đừng đi.
Doung dee.

Don't!
Đừng!
Doung!

49 Be in/at   *Ở* Uh

(It's) here.
Ở đây.
Uh day [dai].

(It's) there.
Ở đằng kia.
Uh dahng gee-uh.

Where is the key?
Chìa khóa ở đâu?
Ch[J]ee-uh kwa uh dow?

Where are you? (speaking on the phone)
Anh đang ở đâu?
Ahn dang uh dow?

I'm at Highland Coffee.
Tôi đang ở Highland Coffee.
Dtoy dang uh Highland Coffee.

Where is Highland Coffee?
Highland Coffee ở đâu?
Highland Coffee uh dow?

It's on Hai Bà Trung Street.
Ở trên đường Hai Bà Trưng.
Uh t[j]ren doung Hai Ba T[J]roung.

Where do you live?
Anh ở đâu?
Ahn uh dow?

I live in Hanoi.
Tôi ở Hà Nội.
Dtoy uh Ha Noy.

Address *Địa chỉ* Dee-uh Ch[j]ee

Saigon is also called Ho Chi Minh City, or Thành Phố Hồ Chí Minh. Along with the city, each address has a numerical address, street, ward, and district. Vietnam does not use zip codes.

Street
Đường
Doung

Ward
Phường
Foung

District
Quận
Gwahn [Wahn]

City
Thành phố
Tahn foh

What's your address?
Địa chỉ của anh là gì?
Dee-uh ch[j]ee gu-uh ahn la z[y]ee?

What's the address of (place?)
Địa chỉ của (…) là gì?
Dee-uh ch[j]ee gu-uh (…) la z[y]ee?

My address is 78 Pasteur Street, Ward 3, District 4.
Địa chỉ của tôi là: số nhà bảy mươi tám đường Pasteur,
phường ba, quận tư (bốn).
Dee-uh ch[j]ee gu-uh dtoy la: shoh nya bai mouy dtam
doung Pasteur, phoung ba, qwan dtou (bohn).

NOTE: Addresses in cities are often long like this one, and
can be longer if the place is in an alleyway, which requires
a forward slash (/) after the street number and then a house
number. For example, 78/134 in the address above. It's
important to know which district, and ward within it, that
you are in so that taxis in particular can find it.

51 Taxi *Xe tắc xi* Seh dtahk-see

There are two types of taxis in Vietnam: car and motorbike.

I'll take a taxi (car).
Tôi sẽ đi xe tắc xi.
Dtoy sheh dee seh dtahk-see.

→ When calling for a taxi, you should say:

I'd like a taxi to (address).
Cho một xe tắc xi đến (…).
Ch[J]aw moht seh dtahk-see den (…).

→ The taxi operator will likely repeat the address to make
sure she heard you correctly and then ask how many seats
you need:

How many seats?
Máy chỗ ngồi?
May ch[j]oh ngoy?

4-seater

Bốn chỗ

Bohn ch[j]oh

7-seater

Bảy chỗ

Bai ch[j]oh

Motorbike taxi

Xe ôm

Seh ohm

By motorcycle taxi

Tôi đi bằng xe ôm

Dtoy dee bahng seh ohm

Motorcycle taxis are a common way of getting around, and the price should be agreed upon before getting on. The law requires both riders to wear a helmet, so each *xe ôm* should have a spare helmet for you; just beware that it will not be of the best quality. If you are staying in Vietnam a long time, you may want to bring your own helmet from your home country.

→ Always negotiate fare before taking a *xe ôm*. All regular taxis should use their meter. Tipping more than the round-up figure is not expected, but is appreciated. For example, if the fare is 20,500, giving 21,000 would be expected, 25,000 would not be out of the ordinary, and 30,000 would be generous. Keep in mind that, as of this writing, the exchange rate is around 20,000 dong to US$1.

Where do you want to go? (taxi)
Anh muốn đi đâu?
Ahn mun dee dow?

Go straight.
Đi thẳng.
Dee tahng.

Go down Hai Ba Trung Street.
Đi xuống đường Hai Bà Trưng.
Dee sung doung Hai Ba T[J]roung.

Turn left.
Quẹo trái.
Gweh-oh trai [Weh-oh jrai].

Turn right.
Quẹo phải.
Gweh-oh fai.

Turn left/right after the bridge.
Quẹo trái/phải sau cái cầu.
Gweh-oh t[j]rai/fai show gai gow.

Turn again.
Quẹo thêm một lần.
Gweh-oh tem moht luhn.

Don't turn.
Đừng quẹo.
Doung gweh-oh.

You passed it.
Anh đã đi qua rồi.
Ahn da dee gwa roy.

Do a U-turn/Turn around.
Quẹo lại.
Gweh-oh lai.

Stop <u>here</u>.
Ngừng (dừng) lại/đây.
Ngoung (doung) <u>lai</u>/<u>day</u> [dai].

→ Either *lại* or *đây* can be used to say "here."

I'll get off here.
Tôi sẽ xuống đây.
Dtoy sheh sung day [dai].

Stop in front of the school.
Ngừng ở trước trường học.
Ngoung uh t[j]rouk t[j]roung hawp.

Stop at the next corner.
Ngừng ở góc đường kế tiếp.
Ngoung uh gawp doung gay dteep.

Can I have a receipt?
Xin cho tôi giấy biên nhận.
Seen ch[j]aw dtoy z[y]ai been nhuhn.

Can you <u>turn up</u>/<u>turn down</u> the volume?
Anh <u>bớt</u>/<u>nhỏ</u> âm thanh giùm.
Ahn <u>buht</u>/<u>nyaw</u> uhm tahn z[y]um.

→ Lit.: Please turn up/down the volume. Same for below:

Can you <u>turn up</u>/<u>turn down</u> the air?

Chú <u>bớt</u>/<u>nhỏ</u> máy lạnh giùm.

Ch[J]u <u>buht</u>/<u>nyaw</u> mai lahn z[y]um.

NOTE: *Chú* means "uncle" and is used to address a man who is a bit older than yourself, close in age to your own uncle or father.

Can you <u>roll up</u>/<u>roll down</u> the window?

Chú quay cửa sổ <u>lên</u>/<u>xuống</u> giùm.

Ch[J]u gwai gou-uh shoh <u>luhn</u>/<u>sung</u> z[y]um.

→ The phrases below can be substituted in the sentences above, using the basic sentence structure: *Chú . . . (giùm)*:

. . . lower the window.

. . . hạ kính xuống.

. . . ha gihn sung.

. . . raise the window.

. . . nâng kính lên.

. . . nuhng gihn luhn.

. . . turn on (light, radio, a/c).

. . . bật/mở (đèn, rađiô, máy lạnh).

. . . buht/muh (den, ra-dee-oh, mai lahn).

. . . turn off . . .

. . . tắt . . .

. . . dtaht . . .

NOTE: The same verbs above can be used for **turn on/off the electricity** (*điện/deen*) and **water** (*nước/nouk*). The imperative form uses *đi* at the end of the sentence to imply a command or suggestion, such as: *tắt điện đi.*

52 Train *Xe lửa* Seh lou-uh

Take the train
Đi xe lửa
Dee seh lou-uh

(Take me) to the train station.
Đến nhà ga.
Den [Duhn] nya ga.

NOTE: To ask the taxi to hurry, say: "*Nhanh lên* (Nhahn luhn)."

What time does the train leave/arrive?
Máy giờ xe lửa sẽ rời/đến?
May z[y]uh seh lou-uh sheh ruhy/den [duhn]?

Train ticket
Vé xe lửa
V[Y]eh seh lou-uh

One way ticket
Vé một chiều
V[Y]eh moht ch[j]yew

Return (round-trip) ticket
Vé khứ hồi
V[Y]eh kou hoy

How much is a ticket to Mui Ne?
Vé đi Mũi Né bao nhiêu?
V[Y]eh dee Muy Neh bow nyew?

Which train goes to Sapa?
Xe lửa nào đi Sa Pa?
Seh lou-uh now dee Sa Pa?

53 Airport   *Sân bay*   Shuhn bai

(Take me) to the airport, please.
Đi đến sân bay giùm.
Dee den [duhn] shuhn bai z[y]um.

NOTE: Pronouncing *sân bay* as "*sòng bạc*" or "*sòng bài*" will likely have you taken to a gambling parlor.

I want to go to the airport.
Tôi muốn đi đến sân bay.
Dtoy mun dee den [duhn] shuhn bai.

Domestic terminal
Cổng quốc nội
Gohng gwohk noy

International terminal
Cổng quốc tế
Gohng gwohk dtay

Will you pick me up at the airport?
Anh đón tôi sân bay được không?
Ahn dawn dtoy shuhn bai douk kohng?

NOTE: Another way to say *at* (*ở*) is *tại*, but the former is more colloquial.

I'd like to buy a ticket to Hanoi.
Tôi muốn mua vé đi Hà Nội.
Dtoy mun mu-uh v[y]eh dee Ha Noy.

54 Person *Người* Ngouy

How many people? (at the resturant)
Bao nhiêu người?/Mấy người?
Bow nyew ngouy?/May ngouy?

I'm by myself (alone).
Một mình tôi thôi.
Moht mihn [moun] dtoy toy.

<u>Two</u>/<u>Three</u>/<u>Four</u>/<u>Five</u> people
<u>Hai</u>/<u>Ba</u>/<u>Bốn</u>/<u>Năm</u> người
<u>Hai</u>/<u>Ba</u>/<u>Bohn</u>/<u>Nahm</u> ngouy

Everyone
Mọi người
Mawy ngouy

People/They
Người ta/Họ
Ngouy dta/Haw

Family (people in the family)
Người trong nhà
Ngouy t[j]rawng nya

Gia đình Za dihn [Ya doun]

How many people are in your family?
(Trong) gia đình anh có máy người?
(T[J]rawng) z[y]a dihn ahn gaw mai ngouy?

There are 2/3/4/5/6/7 of us.
Có hai/ba/bốn/năm/sáu/bảy người.
Gaw hai/ba/bohn/nahm/show/bai ngouy.

Me
Tôi
Dtoy

My father
Ba/Bô tôi
Ba/Boh dtoy

My mother
Má/Mẹ tôi
Ma/Meh dtoy

Wife
Vợ
V[Y]uh

Husband
Chồng
Ch[J]ohng

Child
(Trẻ) con
T[J]reh gawn

Baby
Con/Bé/Em bé
Gawn/Beh/Am beh

Only child
Con một
Gawn moht

Son
Con trai
Gawn t[j]rai

Daughter
Con gái
Gawn gai

56 Wait   *Đợi/[Chờ]*   Duhy/[Juh]

Đợi is more prevalent in the North, *chờ* in the South.

I'll wait.
Tôi sẽ đợi/[chờ].
Dtoy sheh duhy/[juh].

Wait a minute. (Can you wait a minute?)
Đợi/(Chờ) một chút.
Duhy/(Ch[J]uh) moht ch[j]ut.

Wait here for a bit.
Đợi ở đây một chút.
Duhy uh day moht ch[j]ut.

You don't need to wait for me.
Anh không cần đợi tôi.
Ahn kohng guhn duhy dtoy.

My wife is waiting for me.
Vợ tôi đang đợi./[chờ].
V[Y]uh dtoy dang duhy/[ch[j]uh].

I'm waiting for my <u>wife/husband</u>.
Tôi đang đợi <u>vợ</u>/<u>chồng</u> của tôi.
Dtoy dang duhy <u>vuh</u>/<u>ch[j]ohng</u> gu-uh dtoy.

How long have <u>you</u> been waiting?
<u>Anh</u>/<u>Em</u> đã đợi bao lâu rồi?
<u>Ahn</u>/<u>Am</u> da duhy bow low roy?

57 Near/Far *Gần/Xa* Guhn/Sa

Is it <u>near/far</u>?
Ở đó <u>gần</u>/<u>xa</u> không?
Uh daw <u>guhn</u>/<u>sa</u> kohng?

It's very <u>near/far</u>.
Cũng <u>gần</u>/<u>xa</u> lắm.
Gung <u>guhn</u>/<u>sa</u> lahm.

There are several ways to say this. Below is another one:
Rất <u>gần</u>/<u>xa</u>.
Ruht <u>guhn</u>/<u>sa</u>.

How near is it?
Gần cỡ nào?
Guhn guh now?

How far is it?
Bao xa?
Bow sa?

It's too far to walk.
Đi bộ thì xa lắm.
Dee boh tee sa lahm.

58 Can/Can't *Có thể/Không thể*
Gaw tay/Kohng tay

There are many ways to express of the meanings of "permission" or "ability" of English *can*. For some common phrases that translate as "can" or "can't," the key words above are not always used. *Có thể* also means "maybe." Another way to say "can/can't" is *được/không được*, which also means "OK" and "correct."

I can.
Tôi có thể.
Dtoy gaw tay.

I can't.
Tôi không thể.
Dtoy kohng tay.

I can speak a little (Vietnamese).
Tôi nói được chút chút (tiếng Việt).
Dtoy nawy douk ch[j]ut ch[j]ut (dteeng Viet).

I know how to speak Vietnamese.
Tôi biết nói tiếng Việt.
Dtoy biek nawy dteeng Viet.

Can you speak English?
Anh/Em biết nói tiếng Anh không?
Ahn/Am biek nawy dteeng Anh kohng?

I can do that.
Tôi có thể làm được.
Dtoy gaw tay lam douk.

I can't do that.
Tôi không thể làm được.
Dtoy kohng tay lam douk.

I can't swim.
Tôi không biết bơi.
Dtoy kohng biek buhy.

Can I see that?
Tôi xem cái đó được không?
Dtoy sem gai daw douk kohng?

Can I sit here?
Tôi ngồi đây được không?
Dtoy ngoy day douk kohng?

Is it possible?
Có thể được không?
Gaw tay douk kohng?

It is (may be) possible.
Có lẽ được.
Gaw leh douk.

59 Seems/Looks like *Có vẻ* Gaw v[y]eh

There seems to be a mistake with the bill.
Hóa đơn này có vẻ không đúng.
Hwa duhn nai gaw veh kohng dung.

You seem tired.
Anh có vẻ mệt.
Ahn gaw veh met [muht].

She seems sad.
Cô ta có vẻ buồn.
Goh dta gaw veh bun.

That seems like a <u>fair</u> price.
Có vẻ <u>đúng</u>/<u>công</u> bằng.
Gaw veh <u>dung</u>/<u>gohng</u> bahng.

It looks like it might rain.
Có <u>vẻ</u>/<u>thể</u> sẽ mưa.
Gaw <u>veh</u>/<u>tay</u> sheh mou-uh.

60 Need *Cần* Guhn

How much/many do you need?
Anh/Chị cần mua mấy cái?
Ahn/Ch[J]ee guhn mu-uh may [mai] gai

→ Remember that *Anh* is the title for a male about your age
or a little older, and *Chị* is the title for a woman about your
age or slightly older.

I need to take a break.
Tôi cần nghỉ.
Dtoy guhn ngyee.

I need a nap/sleep.
Tôi cần ngủ.
Dtoy guhn ngu.

Do you need help?
Anh có cần sự giúp đỡ không?
Ahn gaw guhn shou z[y]up duh kohng?

I need help.
Anh giúp tôi giùm.
Ahn z[y]up dtoy z[y]um.

NOTE: Used in emergencies, like fixing your bike, going to the doctor, etc.

Can you help me?
Anh giúp tôi được không?
Ahn z[y]up dtoy douk kohng?

I need a bathroom. (urgent)
Tôi cần đi vệ sinh.
Dtoy guhn dee vay shihn.

I need to charge <u>my phone</u>/<u>computer</u>.
Tôi cần sạc pin <u>điện thoại</u>/<u>máy vi tính</u>.
Dtoy guhn shak pihn <u>deen twai</u>/<u>mai vee dtihn</u>.

→ *Need* often expresses the notions of "want" or "give me," as in the sentences below:

I need some aspirin.
Tôi muốn mua mấy viên thuốc aspirin.
Dtoy mun mu-uh may veen thuk as-pi-rin.

I need a mask (for the pollution).
Bán cho tôi một cái khẩu trang
Ban[g] ch[j]aw dtoy moht gai koh t[j]rang.

I need to leave now. (less urgent)
Giờ tôi phải đi rồi.
Z[Y]uh dtoy fai dee roy.

I need to leave. (more urgent)
Tôi cần phải đi.
Dtoy guhn fai dee.

What do you need?
Anh cần cái gì?
Ahn guhn gai z[y]ee?

61 Remember/Forget *Nhớ/Quên*
Nyuh/Gwen [Gwuhn]

I remember.
Tôi nhớ.
Dtoy nyuh.

I can't remember.
Tôi không thể nhớ.
Dtoy kohng tay nyuh.

I can't remember the password.
Tôi không thể nhớ mật khẩu.
Dtoy kohng tay nyuh muht koh.

I don't remember how to say this.
Tôi không nhớ nói điều này ra sao.
Dtoy kohng nyuh nawy dyew nai ra show.

I forgot (the address).
Tôi quên (địa chỉ rồi).
Dtoy qwen (dee-uh ch[j]ee roy).

Don't forget to call tomorrow.
Ngày mai, đừng quên gọi điện.
Ngai mai, doung gwen [gwuhn] gawy dien.

I forgot to charge my phone/computer.
Tôi quên sạc điện thoại/vi tính.
Dtoy gwen [gwuhn] shak dien twai/vee dtihn.

62 Think *(Suy) nghĩ* (Swee) ngyee

I (don't) think so.
Tôi (không) nghĩ vậy.
Dtoy (kohng) ngyee v[y]ay.

I think you're right.
Tôi nghĩ là bạn đúng.
Dtoy ngyee la ban[g] dung.

I'm thinking.
Tôi đang suy nghĩ.
Dtoy dang swee ngyee.

What do you think?
Bạn nghĩ sao?
Ban[g] ngyee show?

Do you think it's a good idea?
Bạn có nghĩ đây là ý tưởng hay?
Ban[g] gaw ngyee day [dai] la ee dtoung hai?

What are you thinking about?
Bạn đang nghĩ gì vậy?
Ban[g] dang ngyee z[y]ee v[y]ay?

Do you think it will rain?
Bạn có nghĩ trời sẽ mưa?
Ban[g] gaw ngyee t[j]ruhy sheh mou-uh?

63 Marry *Có gia đình* Gaw z[y]a dihn

Are you married? (said to a male or female)
Anh/Em có gia đình chưa?
Ahn/Am gaw z[y]a dihn ch[j]ou-uh?

→ Lit.: Do you have a family yet?

A more specific way to ask this is as follows:

Are you married? (said to a male)
Anh có vợ chưa?
Ahn gaw v[y]uh ch[j]ou-uh?

→ Lit.: Do you have a wife yet?

Are you married? (said to a younger female)
Em có chồng chưa?
Em gaw ch[j]ohng ch[j]ou-uh?

→ Lit.: Do you have a husband yet?

I'm married.
Tôi có gia đình rồi.
Dtoy gaw z[y]a dinh roy.

→ Lit.: I have a family already.

Another way to say "I'm married":
Tôi kết hôn rồi.
Dtoy get hohn roy.

I'm not married yet.
Tôi chưa có vợ/chồng.
Dtoy ch[j]ou-uh gaw v[y]uh/ch[j]ohng.

→ Lit.: I don't have a wife/husband yet.

I'm single.
Tôi còn độc thân.
Dtoy gawn dohk tan.

I'm divorced.
Tôi đã ly dị rồi.
Dtoy da lee dee roy.

How many children do you have?
Anh có bao nhiêu cháu/con?
Ahn gaw bow nyew ch[j]ow/gawn?

How many <u>boys</u>/<u>girls</u>?
Bao nhiêu cháu <u>trai</u>/<u>gái</u>?
Bow nyew ch[j]ow t[j]rai/gai?

64 Age *Tuổi* Dtuy

How old are you? (to a male)
Anh năm nay bao nhiêu tuổi rồi?
Ahn nahm nai bow nyew dtuy roy?

NOTE: Although Vietnamese may ask how old you are, it's not considered polite to ask the age of a woman, in general, or someone you do not know well.

Excuse me, may I ask how old you (male/female/ younger person) are?
Xin lỗi, cho tôi hỏi năm nay anh/chị/em bao nhiêu tuổi rồi?
Seen lawy, ch[j]aw dtoy hawy nahm nai ahn/ch[j]ee/am bow nyew dtuy roy?

NOTE: *Anh* refers to a male your age or slightly older; *chị* refers to a woman your age or slightly older; *em* refers to a male or female younger than you. All of these can be used to mean "I."

I'm 25.
Em hai mươi lăm tuổi rồi.
Am hai mouy lahm dtuy roy.

I'm 35.
Tôi ba mươi lăm tuổi rồi.
Dtoy ba mouy lahm dtuy roy.

I'm 40.
Tôi bốn mươi tuổi rồi.
Dtoy bohn mouy dtuy roy.

I'm 50.
Tôi năm mươi tuổi rồi.
Dtoy nahm mouy dtuy roy.

How old is your baby?
Cháu được mấy tháng rồi (anh/chị)?
Ch[J]ow douk may [mai] tang roy (ahn/ch[j]ee)?

She/He's 6 months old.
Cháu được sáu tháng rồi.
Ch[J]ow douk show tang roy.

She/He's 1 year old.
Cháu được một tuổi rồi.
Ch[J]ow douk moht dtuy roy.

You look so young. (older female)
Chị nhìn trẻ quá hà.
Ch[J]ee nyeen t[j]reh gwa ha.

How old is this temple?
Chùa này có bao nhiêu năm rồi?
Ch[J]u-uh nay gaw bow nyew nahm roy?

65 Weather *Thời tiết* Tuhy dteet

What's the weather like?
Thời tiết hôm nay thế nào?
Tuhy dteet hohm nai tay now?

It's raining.
Trời (đang) mưa.
T[J]ruhy (dang) mou-uh.

It's going to rain.
Trời sẽ mưa.
T[J]ruhy sheh mou-uh.

It's sunny.
Trời nắng.
T[J]ruhy nahng.

It's hot.
Trời nóng.
T[J]ruhy nawng.

It's cool.
Trời mát mẻ.
T[J]ruhy mat meh.

It's cold.
Trời lạnh.
T[J]ruhy lahn.

Good weather
Thời tiết tốt
Tuhy dteet dtoht

Bad weather
Thời tiết xấu
Tuhy dteet soh

Wet season
Mùa mưa
Mu-uh mou-uh

Dry season
Mùa khô
Mu-uh koh

66 Hot/Cold *Nóng/Lạnh* Nawng/Lahn

Nóng is not used to say "spicy." For *spicy*, see section 32.

It's <u>hot</u>/<u>cold</u>.
<u>*Nóng*</u>/<u>*Lạnh*</u>.
<u>Nawng</u>/<u>Lahn</u>.

→ The subject in this case is understood, such as the weather outside, food you're eating, or yourself.

Is it too hot?
Nóng quá không?
Nawng gwa kohng?

Is it too cold?
Lạnh quá không?
Lahn gwa kohng?

It's very (too) <u>hot</u>/<u>cold</u>.
<u>*Nóng*</u>/<u>*Lạnh*</u> *quá*.
<u>Nawng</u>/<u>Lahn</u> gwa.

Does the shower have hot water?
Buồng tắm (hương sen) có nước nóng không?
Bung dtahm (houng shen) gaw nouk nawng kohng?

Does the room have a <u>fan/A/C</u>?
Phòng đó có <u>quạt máy</u>/<u>máy lạnh</u> không?
Fawng daw gaw <u>gwat mai</u>/<u>mai lahn kohng</u>?

NOTE: A **hand fan** is *cái quạt* (gai gwat), but the two expressions are used interchangeably.

I'd like hot <u>tea/coffee</u>.
Cho tôi <u>trà</u>/<u>cà phê</u> nóng.
Ch[J]aw dtoy <u>t[j]ra</u>/<u>ga fay</u> nawng.

I'd like cold water.
Cho tôi nước lạnh.
Ch[J]aw dtoy nouk lahn.

67 Too/Very/So   *Quá*   Gwa [Wa]

Vietnamese is very difficult.
Tiếng Việt khó quá.
Dteeng Viet kaw gwa [wa].

→ Remember, in the South, the sound of *quá* is usually "*wa*."

English is so easy.
Tiếng Anh dễ quá.
Dteen Ahn z[y]ay gwa [wa].

I'm very <u>tired</u>/<u>hungry</u>/<u>full</u>.

Tôi <u>mệt</u>/<u>đói</u>/<u>no</u> quá.

Dtoy <u>met</u>/<u>dawy</u>/<u>naw</u> gwa [wa].

NOTE: *No quá* is said when you can't eat any more, but your host keeps insisting out of politeness that you do eat more. It simply means "full" and can be used in other contexts too.

I'm so thirsty.

Tôi khát nước quá.

Dtoy kat nouk gwa [wa].

It's too late.

Trễ quá.

T[J]ray gwa [wa].

I arrived too late.

Tôi đến trễ quá.

Dtoy den [duhn] t[j]ray gwa.

You're very pretty. (refers to a female)

Em đẹp quá.

Am dep gwa [wa].

I like you very much.

Tôi rất mến anh/cô/em.

Dtoy ruht men ahn/goh/am.

It's too expensive.

Đắt tiền quá.

Daht dteen gwa [wa].

A more casual say to say the above is:

Mắc quá.

Mahk gwa [wa].

It's very cheap.
Rẻ (tiền) quá.
Reh (dteen) gwa.

68 Time *Giờ* Z[Y]uh

What time is it?
Mấy giờ (rồi)?
May z[y]uh (roy)?

NOTE: To ask "How many times?" see section 15.

(It's) 1:00.
Một giờ
Moht z[y]uh

2:00
Hai giờ
Hai z[y]uh

3:00
Ba giờ
Ba z[y]uh

4:00
Bốn giờ
Bohn z[y]uh

5:00
Năm giờ
Nahm z[y]uh

6:00
Sáu giờ
Show z[y]uh

7:00
Bảy giờ
Bai z[y]uh

8:00
Tám giờ
Dtam z[y]uh

9:00
Chín giờ
Ch[j]een z[y]uh

10:00
Mười giờ
Mouy z[y]uh

11:00
Mười một giờ
Mouy moht z[y]uh

12:00
Mười hai giờ
Mouy hai z[y]uh

NOTE: These times are used for both a.m. and p.m. To be more specific, add **a.m.** (*sáng*, pronounced "shang") or **p.m.** (*chiều*, pronounced "ch[j]yew") at the end. For example, **1 a.m.** is *Một giờ sáng* and **1 p.m.** is *Một giờ chiều*. In general though, the "a.m" or "p.m." is understood from the context. Occasionally, you may hear time spoken in the 24-hour format, where 13:00 is 1 p.m., 14:00 is 2 p.m., etc. For more on numbers, see section 16.

1:15
Một giờ mười lăm phút
Moht z[y]uh mouy lahm fut

1:30
Một giờ rưỡi
Mouy z[y]uh rouy

1:45
Một giờ bốn mươi lăm phút
Moht z[y]uh bohn mouy lahm fut

NOTE: *Mười lăm* means "fifteen." Be aware, though, that in colloquial speech, *năm* (5) changes to *lăm* after *mười*. *Rưỡi* means "half." When used with time, it means "half an hour."

The train leaves at 10:25.
Xe lửa sẽ rời lúc mười giờ hai mươi lăm phút.
Seh lou-uh sheh ruhy luk mouy z[y]uh hai mouy lahm fut.

The movie starts at 10:30.
Phim bắt đầu lúc mười giờ rưỡi.
Feem baht doh luk mouy z[y]uh rouy.

Morning
Buổi sáng
Buy shang

Early afternoon
Đầu buổi trưa
Dow buy t[j]rou-uh

Late afternoon
Cuối buổi trưa
Guy buy t[j]rou-uh

Evening
Buổi chiều
Buy ch[j]yew

Night
Buổi tối
Buy dtoy

I will leave tomorrow morning.
Tôi sẽ rời sáng ngày mai.
Dtoy sheh ruhy shang ngai mai.

Let's go out tonight.
Chúng tôi đi ra ngoài tối nay.
Ch[J]ung dtoy dee ra ngwai dtoy nai.

69 Day/Night *Ngày/Đêm* Ngai/Dem

Yesterday/Today/Tomorrow
Hôm qua/Hôm nay/Ngày mai
Hohm gwa/Hohm nai/Ngai mai

How many days/nights?
Bao nhiêu ngày/đêm?
Bow nyew ngai/dem?

One/two/three day(s)
Một/Hai/Ba ngày
Moht/Hai/Ba ngai

What is the day today?
Hôm nay là ngày thứ mấy?
Hohm nai la ngai tou mai?

What is the date today?
Hôm nay là ngày mấy?
Hohm nai la ngai mai?

What are you doing today?
Anh/Chee làm gì hôm nay?
Ahn/Ch[J]ee lam z[y]ee hohm nai?

What can we do here at night?
Băng đêm ở đây làm gì thú vị?
Bahng dem uh day lam z[y]ee tu vee?

The day after tomorrow
Ngày mốt
Ngai moht

The day before yesterday
Ngày hôm trước
Ngai hohm t[j]rouk

One/Two/Three week(s)
Một/Hai/Ba tuần
Moht/Hai/Ba dtwahn

We plan to stay two weeks.
Chúng tôi sẽ ở đây hai tuần.
Ch[J]ung dtoy sheh uh day hai dtwahn.

We are leaving next week.
Chúng tôi sẽ rời đây tuần sao.
Ch[J]ung dtoy sheh ruhy day dtwahn show.

What are you doing Saturday?
Anh/Em làm gì thứ bảy?
Ahn/Am lam z[y]ee tou bai?

Are you free this weekend?
Anh/Em có rảnh vào cuối tuần không?
Ahn/Am gaw ran vow guy dtwahn kohng?

DAYS OF THE WEEK:

Monday
Thứ hai
Tou hai

Tuesday
Thứ ba
Tou ba

Wednesday
Thứ tư
Tou dtou

Thursday
Thứ năm
Tou nahm

Friday
Thứ sáu
Tou show

Saturday
Thứ bảy
Tou bai

Sunday
Chủ nhật
Ch[j]u nyuht

NOTE: You may have noticed that Monday to Saturday use the numbers 2 through 7, rather than 1 through 6. The same counting system is used for titles among family members: for example Aunt #2 is the oldest aunt. There is no Aunt #1. It is said that this system was devised to confuse the ancestors, who, long gone, might not be able to remember who was who.

71 Month *Tháng* Tang

This month
Tháng này
Tang nai

Last month
Tháng trước
Tang t[j]rouk

Next month
Tháng tới
Tang dtuhy

One/**Two**/**Three** month(s)
Một/Hai/Ba tháng
Moht/Hai/Ba tang

Which month?
Tháng nào?
Tang now?

January
Tháng một.
Tang moht.

→ Another way to say "January" is *Tháng giêng* (Tang z[yeeng).

February
Tháng hai
Tang hai

March
Tháng ba
Tang ba

April
Tháng tư
Tang dtou

May
Tháng năm
Tang nahm

June
Tháng sáu
Tang show [sow]

July
Tháng bảy
Tang bai

August
Tháng tám
Tang dtam

September
Tháng chin
Tang ch[j]een

October
Tháng mười
Tang mouy

November
Tháng mười một
Tang mouy moht

December
Tháng mười hai
Tang mouy hai

72 Year *Năm* Nahm

For *age*, see section 64.

One/Two/Three year(s)
Một/Hai/Ba năm
Moht/Hai/Ba nahm

How many years have <u>you</u> lived here?
<u>Anh</u>/<u>Chị</u> ở đây bao nhiêu năm rồi?
Ahn/Ch[J]ee uh day [dai] bow nyew nahm roy?

I've lived here one year.
Tôi ở đây được một năm rồi.
Dtoy uh day [dai] douk moht nahm roy.

What year?
Năm nào?
Nahm now?

This year
Năm nay
Nahm nai

Last year
Năm trước
Nam t[j]rouk

Next year
Năm tới
Nahm dtuhy

1990
Một ngàn chín trăm chín mười
Moht ngan ch[j]een t[j]rahm ch[j]een mouy

NOTE: You can also say the numbers only: *một chín chín mười*.

2000
Hai ngàn
Hai ngan

2011/2012
Hai ngàn không trăm mười <u>một</u>/<u>hai</u>
Hai ngan kohng t[j]rahm mouy <u>moht</u>/<u>hai</u>

NOTE: The short version is: *Hai ngàn mười một*.

2020
Hai ngàn không trăm hai mười
Hai ngan kohng t[j]ahm hai mouy

Happy New Year!
Chúc mừng năm mới!
Ch[J]uk moung nahm muhy!

73 Hotel *Khách sạn* Kak shan[g]

I'm staying at the Vien Dong Hotel.
Tôi đang ở khách sạn Viễn Đông.
Dtoy dang uh kak shan[g] Vien Dohng.

Where is that hotel?
Khách sạn đó ở đâu?
Kak shan[g] daw uh dow?

Take me to the Vien Dong Hotel. (in taxi)
Tôi muốn đi đến khách sạn Viễn Đông.
Dtoy mun dee duhn kak shan[g] Vien Dohng.

I like/don't like this hotel.
Tôi thích/không thích khách sạn này.
Dtoy tihk[tout]/kohng tihkh kak shan[g] nai.

This is my hotel (where I'm staying).
Đây là khách sạn nơi tôi ở.
Day [Dai] la kak shan[g] nuhy dtoy uh.

I'd like a single/double room.
Tôi cần phòng đơn/đôi.
Dtoy guhn fawng duhn/doy.

(for) one night
Một đêm
Moht dem

(for) two nights
Hai đêm
Hai dem

(for) three nights
Ba đêm
Ba dem

The key to my room, please.
Anh đưa chìa khóa phòng tôi giùm.
Ahn dou-uh ch[j]ee-uh kwa fawng dtoy z[y]um.

Does it include breakfast?
Có bao gồm điểm tâm không?
Gaw bow gohm diem dtuhm kohng?

Another way to say "breakfast," particularly in the South is [ăn sáng], "*ahn[g] shang.*" It's more common to say *điểm tâm* in the North.

Where is breakfast?
Điểm tâm sẽ được phục vụ ở đâu?
Diem dtum sheh douk fuk vu uh dow?

What floor is my room on?
Phòng cuả tôi trên lầu nào?
Fawng gu-uh dtoy t[j]ruhn loh now?

The A/C isn't working.
Máy lạnh không chạy.
Mai lahn kohng ch[j]ai.

The hot water isn't working.
Nước nóng không chạy.
Nouk nawng kohng ch[j]ai.

Is there a <u>safe</u>/<u>WIFI</u> in the room?
Trong phòng có <u>tủ sắt</u>/<u>WIFI</u> không?
T[J]rawng fawng gaw <u>dtu shaht</u>/<u>Wai Fai</u> kohng?

NOTE: *Két bạc* (get bak) is another way to say "safe." It literally means "silver lock."

The room is too <u>noisy</u>/<u>dirty</u>.
Phòng này <u>ồn</u>/<u>dơ bẩn</u> quá.
Fawng nai <u>ohn</u>/<u>z[y]uh buhn[g]</u> gwa.

The room is really <u>hot</u>/<u>musty</u>.
Phòng này <u>nóng</u>/<u>có mùi mốc</u> quá.
Fawng nai <u>nawng</u>/<u>gaw muy mohk</u> gwa.

I'd like another room.
Anh, cho tôi phòng khác giùm.
Ahn, ch[j]aw tdoy fawng kak z[y]um.

→ Lit.: ADDRESS THE PERSON, please give me another room.

74 House/Home *Nhà* Nya

Where is <u>your</u> house?
Nhà <u>anh</u>/<u>chị</u> ở đâu?
Nya <u>ahn</u>/<u>ch[j]ee</u> uh dow?

This is my house.
Đây là nhà của tôi.
Day [Dai] la nya gu-uh dtoy.

My house is on Le Van Sy Street, near the bridge.
Nhà tôi trên đường Lê Văn Sỹ, gân cái cầu.
Nya dtoy t[j]uhn doung Lay Vahn[g] Shee, guhn gai gow.

I'm staying at a friend's house in District 3.
Tôi ở nhà bạn, trong quận ba.
Dtoy uh nya ban[g], t[j]rawng gwuhn ba.

I'm at home.
Tôi đang ở nhà.
Dtoy dang uh nya.

Make yourself at home.
Xin anh cứ tự nhiên như ở nhà.
Seen ahn gou dtou nyeen nyou uh nya.

I'd like to rent a house.
Tôi muốn thuê một cái nhà.
Dtoy mun tway moht gai nya.

How much is the rent?
Giá thuê bao nhiêu?
Z[Y]a tway bow nyew?

I'd like to rent for 1/3/6 months.
Cho thuê một/ba/sáu tháng.
Ch[J]aw tway moht/ba/show tang.

75 Hairdresser *Tiệm cắt tóc*
Dteem gaht dtawk

Is there a hairdresser near here?
Có tiệm làm tóc nào gần đây không?
Gaw dteem lam dtawk now guhn day [dai] kohng?

→ Lit.: Is there a shop to do my hair around here?

Is there a hair salon nearby?
Gần đây có tiệm cắt tóc không?
Guhn day [dai] gaw dteem gaht dtawk kohng?

Which is the best hairdresser?
Tiệm nào cắt tóc đẹp nhất?
Dteem now gaht dtaw(k) dep nyuht?

→ Lit.: Which shop cuts hair the prettiest?

NOTE: There are often many hairdressers in one area.

I want to go to a hairdresser.
Tôi muốn đi đến tiệm cắt tóc.
Dtoy mun dee den [duhn] dteem gaht dtaw(k).

I'd like a haircut.
Tôi cần cắt tóc.
Dtoy guhn gaht dtawk.

→ In the South, *tóc* (hair), is pronounced closest to "dtawp."

Cut it short.
Cắt ngắn.
Gaht ngahn.

Not too short.
Đừng ngắn quá.
Doung ngahn gwa.

Just a trim.
Chỉ tỉa gọn.
Ch[J]ee dtee-uh gawn.

→ Lit.: Make neat.

A curl/perm
Uốn tóc
Un dtawk

130

Hair coloring
Nhuộm tóc
Nyum dtawk

I'd like to dye my hair black/brown/blond.
Tôi muốn nhuộm tóc màu đen/nâu/vàng.
Tdoy mun nyum dtawk mow den/noh/v[y]ang.

Hair wash/Hair massage
Gọi đầu
Gawy dow

NOTE: A hair wash is also a massage in Vietnam.

What kind of shampoo do you want?
Anh muốn dùng dầu gọi đầu gì?
Ahn mun z[y]ung z[y]oh gawy dow z[y]ee?

NOTE: Don't confuse *xà bông* (soap), *xà pòng* (detergent), and *dầu gội đầu* (shampoo).

Softer
Nhẹ hơn
Nyeh huhn

Harder
Mạnh hơn
Mahn huhn

That hurts.
Đau.
Dow.

That hurts. (Please be gentle.)
Đau quá. (Xin nhẹ tay giùm.)
Dow gwa. (Seen nheh dtay z[y]um.)

→ It is more colloquial to say only *Nhẹ hơn* (softer).

Manicure
Làm móng tay
Lam mawng dtay

Pedicure
Làm móng chân
Lam mawng ch[j]uhn

76 Bar *"Bar"* Ba(r)

There isn't a Vietnamese equivalent for the Western term *bar*, so you'd use the English word, with less emphasis on "r." *Bar* tends to refer to Western drinking establishments, which usually play loud music. The concept of going to a "quiet bar" to talk is unfamiliar. That might be a café, where often alcohol is served along with coffee and juices.

Let's go to a bar.
Hãy đi "bar."
Hai dee ba(r).

Let's go for a drink. (alcoholic)
Hãy đi uống rượu.
Hai dee ung rou-u.

Another way to say this is:
Hãy đi nhậu.
Hai dee nyow.

NOTE: *Nhậu* is a term that Vietnamese use to refer to drinking and hanging out. The activity could take place at home, in restaurants, on the street, or at a café—but the focus is specifically on drinking alcohol.

Is there a bar near here?
Gần đây có cái "bar" nào không?
Guhn day [dai] gaw gai ba(r) now kohng?

I'm looking for a good bar.
Gần đây có cái "bar" nào tuyết vời không?
Guhn day [dai] gaw gai ba(r) now dtweet v[y]uhy kohng?

→ Lit.: Is there a good bar around here?

This is a nice bar.
Cái "bar" này rất hay.
Gai ba(r) nai ruht hai.

I like/don't like this bar.
Tôi thích/không thích cái "bar" này.
Dtoy tihk/kohng tihk gai ba(r) nai.

This bar is too loud.
Cái "bar" này ồn quá.
Gai ba(r) nai ohn gwa.

Let's go to another bar.
Chúng ta đi qua "bar" khác.
Ch[J]ung dta dee gwa ba(r) kak.

Meet me at the Q bar.
Hẹn gặp anh ở Q "bar."
Hen gahp ahn uh Q ba(r).

→ Q Bar is a bar located in the Ho Chi Minh City Opera House, central to District 1.

Take me to Q bar.
Đưa tôi đến Q "bar."
Dou-uh dtoy den [duhn] Q ba(r).

I want to go to a club.
Tôi muốn đi đến "club."
Dtoy mun dee den [duhn] "cluh(p)."

Let's go dancing.
Chúng ta hãy đi nhảy.
Ch[J]ung dta hai dee nyai.

77 Cigarette   *Thuốc lá*   Tuk la

Do you smoke (cigarettes)?
Anh hút thuốc lá không?
Ahn hut tuk la kohng?

NOTE: In Vietnam, if someone asks whether you smoke, they'll tend to offer a cigarette at the same time, so they won't also ask, "Would you like one?"

I don't smoke (cigarettes).
Tôi không (biết) hút thuốc.
Dtoy kohng (biek) hut touk.

→ *Biết* means "to know," which makes it sound like the person is saying, "I don't know how to smoke," but the connotation is closer to not yet having had the experience but also not inviting it.

Can I have a cigarette?
Cho tôi một điếu thuốc.
Ch[J]aw dtoy moht dyew thuk.

Where can I buy cigarettes?
Tôi có thể mua thuốc lá ở đâu?
Dtoy gaw tay mu-uh tuk la uh dow?

Do you sell cigarettes?
Anh có bán thuốc lá không?
Ahn gaw ban[g] tuk la kohng?

I'd like a cigarette.
Cho tôi một điếu thuốc.
Ch[J]aw dtoy moht dyew tuk.

→ Lit.: Give me a cigarette. This is used when buying one or a few cigarettes. In Vietnam, they are sold separately in most places.

Give me a pack/carton of cigarettes.
Cho tôi một gói/hộp thuốc.
Ch[J]aw dtoy moht gawy/hohp tuk.

I don't like the smell of cigarettes.
Tôi không thích mùi thuốc lá.
Dtoy kohng tihk [tout] muy tuk la.

I can smell smoke.
Tôi ngửi thấy mùi thuốc.
Dtoy ngouy tay muy tuk.

Can I smoke (cigarettes) here?
Tôi hút thuốc ở đây được không?
Dtoy hut tuk uh day [dai] douk kohng?

Excuse me, you can't smoke (cigarettes) here.
Xin lỗi, nhưng anh không được hút thuốc ở đây.
Seen lawy, nyoung ahn kohng douk hut tuk uh day [dai].

Do you have matches?
Anh có diêm quẹt không?
Ahn gaw z[y]eem gwet kohng?

Do you have a lighter?
Anh có quẹt máy không?
Ahn gaw gwet mai kohng?

→ Another way to say "lighter" in the South is *hộp quẹt* (*hohp wet*).

Bring me an ashtray, please.
Làm ơn đem cho tôi một cái gạt tàn thuốc.
Lam uhn, dem ch[j]aw dtoy moht gai gat dtan tuk.

78 Post Office *Bưu điện* Bu dien

Where is a post office near here?
Ở gần đay có sở bưu điện không?
Uh guhn day [dai] gaw shuh bu dien[g] kohng?

136

Can you give me directions to the post office?
Anh chỉ đường cho tôi đến bưu điện được không?
Ahn ch[j]ee doung ch[j]aw dtoy den bu dien[g] douk kohng?

Take me to the post office. (said to a taxi)
Tôi muốn đi bưu điện.
Dtoy mun dee bu dien[g].

→ Lit.: I want to go to the post office.

NOTE: The main post office in Saigon is called Bưu điện Tahn Foh Hoh Chee Mihn.

I want to mail this letter.
Tôi muốn gửi lá thư này.
Dtoy mun gouy la tou nai.

I want to mail this <u>package</u>/<u>postcard</u>.
Tôi muốn gửi cái <u>hộp</u>/<u>bưu thiếp</u> này.
Dtoy mun gouy gai <u>hohp</u>/<u>bu teep</u> nai.

How much does it cost to mail this to America?
Gửi lá thư này đến Mỹ thì giá bao nhiêu?
Gouy la tou nai den Mee tee z[y]a bow nyew?

I'd like to mail this with insurance.
Tôi muốn gửi bảo đảm.
Dtoy mun gouy bow dam.

→ Lit.: I want to send with insurance.

Can you mail this for me?
Anh gửi cái này cho tôi được không?
Ahn gouy gai nai ch[j]aw dtoy douk kohng?

Newspaper *Báo* Bow

Do you have an English newspaper?
Anh có báo tiếng Anh không?
Ahn gaw bow dteeng Ahn kohng?

Where can I buy an English newspaper?
Tôi có thể mua báo tiếng Anh ở đâu?
Dtoy gaw tay mu-uh bow dteeng Ahn uh dow?

I'd like a newspaper.
Tôi muốn một tờ báo.
Dtoy mun moht dtuh bow.

→ Lit.: I want to buy a newspaper.

How much is this newspaper?
Tờ báo này bao nhiêu?
Dtuh bow nai bow nyew?

I'm reading the newspaper.
Tôi đang đọc báo.
Dtoy dang dawk bow.

Is that today's newspaper?
Đó phải là báo ngày hôm nay không?
Daw fai la bow ngai hohm nai kohng?

Is that a good magazine?
Tạp chí đó hay không?
Dtap ch[j]ee daw hai kohng?

I like/don't like this magazine.
Tôi thích/không thích tạp chí này.
Dtoy tihk/kohng tihk dtap ch[j]ee nai.

→ Remember, *thích* sounds like "tout" in the South.

80 Radio/TV   *Rađiô/TV*   Ra dee oh/Dtee vee

Turn up the TV, please.
Anh bậc lên TV giùm.
Ahn buhk luhn TV z[y]um.

NOTE: Another way to say "TV" is *máy truyền hình*, but most people say *TV*.

Turn down the radio please.
Anh giảm cái rađiô giùm.
Ahn z[y]am gai ra-dee-oh z[y]um.

Turn on the TV, please.
Anh mở TV giùm.
Ahn muh TV z[y]um.

Turn off the radio, please.
Anh tắt rađiô giùm.
Ahn dtaht ra-dee-oh z[y]um.

Turn on/off the music.
Mở/Tắt nhạc giùm.
Muh/Dtaht nyak z[y]um.

The music/radio/TV is too loud.
Nhạc/Máy rađiô/TV ồn quá.
Nhak/Mai ra-dee-oh/TV ohn gwa.

The radio/TV doesn't work.
Máy rađiô/TV đó không dùng được.
Mai ra-dee-oh/TV daw kohng z[y]ung douk.

Change the channel please.
Anh đổi đài giùm.
Ahn duhy dai z[y]um.

I (don't) like this music.
Tôi (không) thích nhạc này.
Dtoy (kohng) tihk [tout] nyak nai.

81 Phone *Điện thoại* Dien[g] twai

What's your phone number?
Cho biết số điện thoại của anh?
Ch[J]aw biek shoh dien[g] twai gu-uh ahn?

My phone number is 0912345678.
*Số điện thoại của tôi là "không chín một hai ba bốn năm
sáu bảy tám."*
Shoh dien[g] twai gu-uh dtoy la "kohng ch[j]een moht hai
ba bohn nahm show bai dtam."

What kind of phone is that? (brand of cell phone}
Điện thoại di động đó hiệu gì?
Dien[g] twai z[y]ee dohng daw hyew z[y]ee?

Where can I buy a cell phone?
Ở đâu tôi có thể mua cái điện thoại di động?
Uh dow dtoy gaw tay mu-uh gai dien[g] twai z[y]ee
dohng?

Will this phone work in America?

Cái điện thoại này có xài bên Mỹ được không?

Gai dien[g] twai nai gaw sai ben [boun] Mee douk kohng?

Can I use (borrow) your phone?

Tôi dùng điện thoại cuả anh được không?

Dtoy z[y]ung dien[g] twai gu-uh ahn douk kohng?

I'd like to use the phone.

Tôi cần dùng điện thoại.

Dtoy guhn z[y]ung dien[g] twai.

→ Lit.: I need to use the phone.

You can use my phone.

Anh có thể xài điện thoại của tôi.

Ahn gaw tay sai dien[g] twai gu-uh dtoy.

I lost my phone.

Tôi làm mất điện thoại của tôi.

Dtoy lam muht dien[g] twai gu-uh dtoy.

→ Lit.: I made my phone lost.

My phone was stolen.

Điện thoại của tôi bị ăn cắp rồi.

Dien[g] twai gu-uh dtoy bee ahn[g] gahp roy.

My phone is broken.

Điện thoại của tôi bị hư.

Dien[g] twai gu-uh dtoy bee hou.

My battery is dead.

Điện thoại không còn pin.

Dien[g] twai kohng gawn bihn.

My battery needs to be charged.
Điện thoại cần sạc pin.
Dien[g] twai guhn shak bihn.

I'd like to buy a <u>battery</u>/<u>charger</u>.
Tôi cần mua <u>pin</u>/<u>đồ nạp điện</u>.
Dtoy guhn mu-uh <u>bihn</u>/<u>doh nap dien[g]</u>.

I need to buy a <u>SIM card</u>/<u>phone</u>.
Tôi cần mua <u>thẻ SIM</u>/<u>điện thoại</u>.
Dtoy guhn mu-uh <u>teh SEEM</u>/<u>dien[g] twai</u>.

Where can I charge my phone?
Tôi có thể sạc pin ở đâu?
Dtoy gaw tay shak bihn uh dow?

Where is an outlet? (to plug in something)
Ổ cắm điện ở đâu?
Oh guhm dien[g] uh dow?

82 Call *Gọi* Gawy

Call me.
Gọi tôi.
Gawy dtoy.

I'd like to make a <u>local</u>/<u>long distance</u> call.
Tôi cần gọi <u>địa phương</u>/<u>quốc tế</u>.
Dtoy guhn gawy <u>dee-uh foung</u>/<u>gwohk dtay</u>.

I'd like to call the U.S.
Tôi cần gọi qua Mỹ.
Dtoy guhn gawy gwa Mee.

Please call 1-713-468-0123

Xin, gọi giùm số "một – bảy – một – ba – bốn – sáu – tám – không – một – hai – ba."

Seen, gawy z[y]um shoh "moht bai moht ba bohn show dtam kohng moht hai ba."

I'll call you (tomorrow).

Tôi sẽ gọi anh ngày mai.

Dtoy sheh gawy ahn ngai mai.

I missed your call.

Tôi bị nhỡ cuộc gọi của anh/chị.

Dtoy bee nhuh guk gawy gu-uh ahn/ch[j]ee.

I'll call a taxi.

Tôi sẽ gọi xe tắc xi.

Dtoy sheh gawy seh dtahk-see.

I called a taxi.

Tôi đã gọi xe tắc xi.

Dtoy da gawy seh dtahk-see.

Can you call me a taxi?

Anh gọi xe tắc xi gium tôi được không?

Ahn gawy seh dtahk-see z[y]um dtoy douk kohng?

Did you call?

Anh gọi chưa?

Ahn gawy ch[j]ou-uh?

Please call an <u>ambulance</u>/<u>doctor</u>.

Anh gọi <u>xe cứu thương</u>/<u>bác sĩ</u> giùm.

Ahn gawy <u>seh gu toung</u>/<u>bak shee</u> z[y]um.

Call the police.
Gọi cảnh sát đi.
Gawy gahn shat[k] dee.

→ This is a command that can be more of a suggestion depending on the tone.

83 Computer *Máy vi tính* Mai vee dtihn

I need to use a computer.
Tôi cần máy vi tính.
Dtoy guhn mai vee dtihn.

Can I use your computer?
Tôi dùng máy vi tính của Anh được không?
Dtoy z[y]ung mai vee dtihn gu-uh Ahn douk kohng?

Where can I charge/plug in my computer?
Tôi có thể sạc máy vi tính ở đâu?
Dtoy gaw tay shak mai vee dtihn uh dow?

My computer is broken.
Máy vi tính của tôi đang bị hư.
Mai vee dtihn gu-uh dtoy dang bee hou.

Can you fix my computer?
Anh có thể sửa máy vi tính của tôi không?
Ahn gaw tay shou-uh mai vee dtihn gu-uh dtoy kohng?

Where is a computer shop?
Tiệm máy vi tính ở đâu?
Dtiem mai vee dtihn uh dow?

I want to go to a computer shop.
Tôi muốn đi đến tiệm máy vi tính.
Dtoy mun dee den [duhn] dtee-em mai vee dtihn.

I want to buy a <u>computer</u>/<u>battery</u>.
Tôi cần mua cái <u>máy vi tính</u>/<u>bin</u>.
Dtoy guhn mu-uh gai <u>mai vee dtihn</u>/<u>bihn</u>.

I need to buy a <u>power cord</u>/<u>adapter</u>.
Tôi cần mua <u>dây điện</u>/<u>dây nắn điện</u>.
Dtoy guhn mu-uh <u>z[y]ay dien</u>/<u>z[y]ay nahn[g] dien[g]</u>.

Turn on/off
Mở/Tắt
Muh/Dtaht

Put to sleep
Cho ngũ
Ch[J]aw ngu

Do you have a printer?
Anh có máy in không?
Ahn gaw mai een kohng?

Ink
Mực in
Mouk een

84 Internet   *"Internet"*   Een-dter-net

Do you have the Internet here?
Ở đây có "internet" không?
Uh day [dai] gaw een-dter-net kohng?

145

I'd like to check my email.
Tôi cần coi "email."
Dtoy guhn gawy ee-meh.

Does your phone have the Internet?
Điện thoại Anh nhận được "internet" không?
Dien twai Ahn nyuhn douk een-dter-net kohng?

The Internet isn't working.
Internet không sử dụng được.
Een-dter-net kohng shou z[y]ung douk.

Do you have WIFI here?
Ở đây có wifi không?
Uh day [dai] gaw WIFI kohng?

Which WIFI is it?
Hệ thống WIFI nào?
Hay tohng WIFI now?

What is the (WIFI) user name/password?
Tên người dùng/password của WIFI này là gì?
Dten ngouy z[y]ung/pass-wert gu-uh WIFI nay la z[y]ee?

What's your email (address)/Web site?
Địa chỉ email/website của Anh là gì?
Dee-uh chj]ee ee-meh/web-sai gu-uh ahn la z[y]ee?

My email is sam@gmail.com
Địa chỉ email của tôi là: sam a còng gmail chấm com.
Dee-uh ch[j]ee ee-meh gu-uh dtoy la: sam a gawng gmail ch[j]ahm gawm.

→ The word for @ is *a còng*.

The Web site is www.InstantVietnamese.com
Địa chỉ website là "www chấm Instant Vietnamese chấm com."
Dee-uh ch[j]ee web-sai la "duh-bluh vee, duh-bluh vee, duh-bluh vee ch[j]ahm Instant Vietnamese ch[j]ahm gawm.

The Internet is really <u>slow</u>/<u>fast</u> here.
Internet ở đây rất <u>chậm</u>/<u>nhanh</u>.
Een-dter-net uh day [dai] ruht <u>ch[j]ahm</u>/<u>nyahn</u>.

Send me an email.
Gửi email cho tôi.
Gouy ee-meh ch[j]aw dtoy.

How do I log <u>on</u>/<u>off</u>?
Tôi muốn <u>lên</u>/<u>ra</u> làm sao?
Dtoy mun <u>len</u>/<u>ra</u> lam show?

→Lit.: How do I get <u>on</u>/<u>out</u>?

85 Bring/Take *Đem* Dem

Bring your <u>jacket</u>/<u>hat</u>/<u>sunglasses</u>.
Đem theo <u>áo lạnh</u>/<u>nón</u>/<u>kính mát</u>.
Dem teh-oh <u>ow lahn</u>/<u>nawn</u>/<u>gihn mat</u>.

Bring an umbrella.
Đem theo cái dù.
Dem teh-oh gai z[y]u.

Bring me a coffee with sweet milk. (cold)
Đem cho tôi một ly cà phê sữa đá.
Dem ch[j]aw dtoy moht lee ga fay shou-uh da.

I'd like to take it with me (to eat at home).
Tôi muốn đem đồ ăn về.
Dtoy mun dem doh ahn[g] v[y]ay.

I want to take it to go.
(Tôi muốn) đem đi.
(Dtoy mun) dem dee.

Did you bring your phone?
Anh có đem theo điện thoại không?
Ahn gaw dem teh-oh dien twai kohng?

Bring your friend.
Đem bạn anh theo.
Dem ban[g] ahn teh-oh.

I brought my computer.
Tôi có đem theo máy vi tính của tôi.
Dtoy gaw dem teh-oh mai vee dtihn gu-uh dtoy.

Bring me another set of chopsticks, please.
Đem cho tôi một đôi đũa khác giùm.
Dem ch[j]aw dtoy moht doy du-uh kak z[y]um.

Bring a (cold) napkin, please.
Đem cho tôi khăn lạnh giùm.
Dem ch[j]aw dtoy kahn lahn[g] z[y]um.

NOTE: At most restaurants and cafés, the first things to appear at your table will be a glass of ice tea and a cold napkin or towel to cool yourself. A small fee is often charged if you open the cold napkins that come in plastic packages. The tea is free.

(Bring) the check, please.
Đem hóa đơn giùm.
Dem hwa duhn z[y]um.

Excuse me, waiter, the bill.
Anh ơi, tính tiền.
Ahn uhy, dtihn [dtoun] dteen.

NOTE: If the waiter or waitress appears younger than you, say *Em ơi*, to get their attention. For other terms of address, see section 6.

86 Child(ren)/Baby *Con/Em bé*
Gawn/Am beh

How many children do you have?
Anh có mấy đứa con?
Ahn gaw mai dou-uh gawn?

1/2/3/4 children
Một/hai/ba/bốn con
Moht/hai/ba/bohn gawn

Only child
Con một.
Gawn moht

Boy/Girl
Trai/Gái
T[J]rai/Gai

She/he is such a <u>skinny</u>/<u>fat</u> baby.
Em bé <u>ốm</u>/<u>mập</u> quá.
Am beh <u>ohm</u>/<u>mahp</u> gwa.

→ *Em bé* is a very young child, which we might sometimes call a baby.

Such a <u>pretty</u>/<u>handsome</u> baby.
Em bé <u>xinh</u>/<u>đẹp</u> quá.
Am beh <u>sihn</u>/<u>dep</u> gwa.

NOTE: *Xinh* and *đẹp* are used only for girl babies, and *đẹp trai* is used for boy babies.

Cute
Dễ thương
V[Y]ay toung

→ Lit.: Easy to love

Can I hold your baby?
Tôi có thể ẩm em bé được không?
Dtoy gaw tay uhm am beh douk kohng?

NOTE: It's common for strangers to want to hold and play with babies. They may not ask.

What is <u>your</u> child's name?
Con của <u>anh</u>/<u>em</u> tên gì?
Gawn gu-uh <u>ahn</u>/<u>em</u> dten z[y]ee?

How old is your child?
Con của anh mấy tuổi rồi?
Gawn gu-uh ahn may [mai] dtuy roy?

Is it safe for young children?
Đó có an toàn cho trẻ em không?
Daw gaw an[g] dtwahn ch[j]aw t[j]reh am kohng?

How much is it [ticket] for children?
Vé cho trẻ em bao nhiêu?
V[Y]ey ch[j]aw t[j]reh am bow nyew?

Where can I buy baby <u>products</u>/<u>clothes</u>/<u>formula</u>?
Ở đâu bán <u>đồ</u>/<u>quần áo</u>/<u>sữa</u> cho em bé?
Uh dow ban[g] <u>doh</u>/<u>gwoun[g] ow</u>/<u>shou-uh</u> ch[j]aw am beh?

→ *Quần* means "pants" and *áo* means "shirt." Together, they
mean "clothes."

My child is . . .
Con của tôi đang . . .
Gawn gu-uh dtoy dang . . .

. . . sick.
. . . bệnh.
. . . behn [buhn].

. . . tired.
. . . mệt.
. . . meht [muht].

. . . cranky.
. . . quạu.
. . . gwow.

. . . hungry.
. . . *đói.*
. . . dawy.

. . . thirsty.
. . . *khát.*
. . . kat.

. . . crying.
. . . *khóc.*
. . . kaw(k).

. . . has a stomach- ache.
. . . *đau bụng.*
. . . dow bung.

87 Read *Đọc* Dawk [Dawp]

I'm reading a book.
Tôi đang đọc sách.
Dtoy dang dawk shahk.

→ In the South, *sách* is pronounced more like "*saht.*"

Can you read Vietnamese?
Anh đọc chữ Việt được không?
Ahn dawk ch[j]ou Viet douk kohng?

I can read a little (Vietnamese).
Tôi đọc được một chúc chữ (Việt).
Dtoy dawp douk moht ch[j]up ch[j]ou (Viet).

Reading is <u>very easy</u>/<u>difficult</u>.
Đọc sách <u>dễ</u>/<u>khó</u> lắm.
Dawk shahk <u>day</u>/<u>kaw</u> lahm.

Is there a bookstore near here?
Ở gần đây có tiệm sách không?
Uh guhn day [dai] gaw dteem shahk kohng?

How much is <u>this</u>/<u>that</u> book?
Cuốn sách <u>này</u>/<u>đó</u> giá bao nhiêu?
Gun shahk <u>nai</u>/<u>daw</u> z[y]a bow nyew?

I want to buy a book on Vietnamese cooking.
Tôi muốn mua sách nấu ăn bằng tiếng Việt.
Dtoy mun mu-uh shahk noh ahn[g] bahng dteeng Viet.

I'd like to buy this book.
Tôi muốn mua quyển sách này.
Dtoy mun mu-uh gwen shahk nai.

NOTE: *Quyển sách* means either "book" or a "volume/series of books," while *cuốn sách* is the general word for "book." Likewise, the term *sách* is often used alone to mean "book."

88 Market *Chợ* Ch[J]uh

Where is the market?
Chợ ở đâu?
Ch[J]uh uh dow?

Let's go to the market.
Chúng ta hãy đi chợ.
Ch[J]ung dta hai dee ch[j]uh.

I want to go to the market/supermarket.
Tôi muốn đi chợ/siêu thị.
Dtoy mun dee ch[j]uh/syew tee.

I (don't) like this market.
Tôi (không) thích chợ này.
Dtoy (kohng) tihk [tout] ch[j]uh nai.

Is there a market near here?
Ở gần đây có chợ không?
Uh guhn day [dai] gaw ch[j]uh kohng?

What is the best market to buy souveniers/food/clothes?
Chợ nào bán nhiều quà lưu niệm/thức ăn/quần áo?
Ch[J]uh now ban[g] nyew gwa lu niem/touk ahn[g]/gwoun[g] ow?

I don't have (much) money.
Tôi không có (nhiều) tiền.
Dtoy kohng gaw (nyew) dteen.

→ This is a good phrase to use for bargaining. See section 90 for more on shopping.

89 Money *Tiền* Dteen[g] or Dien

I don't have enough money.
Tôi không có đủ tiền.
Dtoy kohng gaw du dteen[g].

I want to go to a bank/ATM.
Tôi muốn đi đến ngân hàng/máy ATM.
Dtoy mun dee den ngan[g] hang/mai ATM.

I need to change money.
Tôi cần đổi tiền.
Dtoy guhn doy dteen[g].

Where can I change money?
Anh biết tôi có thể đổi tiền ở đâu không?
Ahn biek dtoy gaw tay doy dteen[g] uh dow kohng?

How much money do you need?
Anh cần bao nhiêu?
Ahn guhn bow nyew?

I'm out of money.
Tôi hết tiền rồi.
Dtoy het [huht] dteen[g] roy.

→ In the North, the "r" sound often comes across as "zr."

Can I have the bill, please?
Cho tôi xin hóa đơn.
Ch[J]aw dtoy seen hwa duhn

The less formal way to ask for the bill is:

Excuse me, waiter: the bill.
Anh ơi, tính tiền.
Ahn uhy, dtihn [dtoun] dteen[g].

NOTE: The U.S. dollar is common in Vietnam for large purchases. "Dollar" can be spoken as *đô* (*doh*) and more often is written as *mỹ kim* (*mee gihm*).

90 Buy/Sell *Mua/Bán* Mu-uh/Ban[g]

I want to buy/sell . . .
Tôi muốn mua/bán . . .
Dtoy mun mu-uh/ban[g]. . .

What is she/he selling?
Cô/Anh ấy bán gì?
Goh/Ahn ai ban[g] z[y]ee?

What do you sell/are you selling?
Cô/Anh bán cái gì?
Goh/Ahn ban[g] gai z[y]ee?

I don't want/need to buy anything.
Tôi không muốn/cần mua gì cả.
Dtoy kohng mun/guhn mu-uh z[y]ee ga.

I'm just looking.
Tôi chỉ xem thôi.
Dtoy ch[j]ee sem toy.

Where did you buy that?
Anh mua cái đó ở đâu?
Ahn mu-uh gai daw uh dow?

How much is that?
Món đồ/Cái đó giá bao nhiêu?
Mawn doh/Cai daw z[y]a bow nyew?

NOTE: *Món đồ* can be used to refer to food items—on a menu, for example—as well as other things. *Cái đó* cannot be used for food, but is used to refer to other things.

Is this your best price?
Phải đó là giá tốt nhất không?
Fai daw la z[y]ee-uh dtoht nyuht kohng?

Can I have a discount?
Chị có thể bớt được không?
Ch[J]ee gaw tay buht douk kohng?

That's too <u>expensive</u>.
<u>Mắc</u>/<u>Đắt tiền</u> *quá.*
<u>Mak</u>/<u>Daht dteen</u> gwa.

→ Both *mắc* and *đắt* are commonly used for "expensive."

I'll give you 50,000 dong for it.
Tôi trả năm mươi (ngàn đồng) cho cái đó.
Dtoy t[j]ra nahm mouy (ngan dohng) ch[j]aw gai daw.

NOTE: The words for "thousand" and "dong" are generally understood when discussing price and therefore omitted.

I don't need that many/much.
Tôi không cần nhiều như vậy.
Dtoy kohng guhn nyew nyou v[y]ay.

91 Rent *Thuê* Tway

I'd like to rent a bicycle.
Tôi muốn thuê một chiếc xe đạp.
Dtoy mun tway moht ch[j]iek seh dap.

I'd like to rent a motorbike.
Tôi muốn thuê một chiếc xe mô tô.
Dtoy mun tway moht ch[j]iek seh moh dtoh.

I'd like to rent a car.
Tôi muốn thuê một chiếc xe (ô tô).
Dtoy mun tway moht ch[j]iek sek (oh dtoh).

Where can I rent a bicycle?
Anh biết ở đâu cho thuê xe đạp không?
Ahn biek uh dow ch[j]aw tway seh dap kohng?

How much is it to rent a motorbike?
Thuê xe mô tô bao nhiêu?
Tway seh moh dtoh bow nyew?

I'd like to rent a <u>house</u>/<u>apartment</u>.
Tôi muốn thuê <u>nhà</u>/<u>căn phòng</u>.
Dtoy mun tway <u>nya</u>/<u>gahn fawng</u>.

How much is rent?
Tiền thuê bao nhiêu?
Dteen[g] tway bow nyew?

The rent is too expensive.
Tiền thuê mắc quá.
Dteen[g] tway mahk gwa.

92 Lost/Lose/Find *Lạc/Mất/Tìm thấy*
Lak/Muht/Dteem tay

I am lost.
Tôi lạc đường.
Dtoy lak doung.

I lost my ticket/luggage.
Tôi mất vé/bao.
Dtoy muht v[y]eh/bow.

I lost my keys/glasses/passport.
Tôi mất chìa khoá/kính đeo mắt/hộ chiếu.
Dtoy muht ch[j]ee-uh kwa/gihn deo maht/hoh ch[j]yew.

Did you find it?
Anh tìm thấy không?
Ahn dteem tay kohng?

Can you help me find my motorbike?
Anh giúp tìm xe mô tô của tôi được không?
Ahn z[y]up dteem seh moh dtoh gu-uh dtoy douk kohng?

Can you help me find the way?
Anh giúp tôi tìm đường được không?
Ahn z[y]up dtoy dteem doung douk kohng?

Did you lose something?
Anh có mất gì không?
Ahn gaw muht z[y]ee kohng?

NOTE: *Thất lạc* can be used to ask if you have lost (or are looking for) a person or thing, but *mất* is only used for things.

Can I help you find something?
Tôi có thể giúp Anh tìm cái gì không?
Dtoy gaw tay z[y]up Ahn dteem gai z[y]ee kohng?

I found it!
Tôi tìm thấy rồi!
Dtoy dteem tay roy!

93 Colors *Màu sắc* Mow shak

Màu sắc is often abbreviated to either *màu* or *sắc*.

What color do you like?
Anh/Cô thích màu gì?
Ahn/Goh tihk [tout] mow z[y]ee?

I (don't) like these colors.
Tôi (không) thích những màu này.
Dtoy (kohng) tihk [tout] nyoung mow nai.

I like yellow.
Toi thick màu vàng.
Dtoy tihk mow v[y]ang.

Red
Màu đỏ
Mow daw

Black
Màu đen
Mow den

Orange
Màu cam
Mow gam

Blue
Màu xanh
Mow sahn

Purple
Màu tía
Mow dtee-uh

→ *Màu tím* is the Southern pronunciation for "purple."

White
Màu trắng
Mow t[j]rahng

Green
Màu xanh lá cây
Mow sahn la gai

Brown
Màu nâu
Mow now

94 Sick *Bệnh* Ben [Buhn]

I'm sick.
Tôi đang bị bệnh.
Dtoy dang bee ben [buhn].

I'm not sick.
Tôi không bệnh.
Dtoy kohng ben [buhn].

Are you sick?
Anh có đang bệnh không?
Ahn gaw dang ben [buhn] kohng?

I don't feel well.
Tôi không khoẻ.
Dtoy kohng kweh.

I think I'm getting sick.
Tôi thấy mình sắp bệnh.
Dtoy tay mihn shahp ben [buhn].

<u>He</u>/<u>She</u> is ill.
<u>Anh</u>/<u>Cô ấy</u> bị ốm.
<u>Ahn</u>/<u>Goh ai</u> bee ohm.

→ Another way to say "sick" is *ốm*.

You look ill.
Anh trông có vẻ ốm.
Ahn t[j]rohng gaw veh ohm.

The food (I ate) gave me a stomachache.
Thức ăn hôm qua làm tôi đau bụng.
Touk ahn[g] hohm gwa lam dtoy dow bung.

95 Pharmacy *Nhà thuốc* Nya tuk

Where is a pharmacy?
Nhà thuốc ở đâu?
Nya tuk uh dow?

Is there a pharmacy near here?
Có nhà thuốc nào gần đây không?
Gaw nya tuk now guhn day [dai] kohng?

What time does the pharmacy <u>open</u>/<u>close</u>?
Nhà thuốc <u>mở cửa</u>/<u>đóng cửa</u> mấy giờ?
Nya tuk <u>muh gou-uh</u>/<u>dawng gou-uh</u> may z[y]uh?

I want some medicine for my <u>cold</u>/<u>cough</u>.
Tôi cần một ít thuốc <u>cảm</u>/<u>ho</u>.
Dtoy guhn moht iht tuk <u>gam</u>/<u>haw</u>.

I have a <u>headache</u>/<u>sore throat</u>/<u>fever</u>.
Tôi bị <u>nhức đầu</u>/<u>đau họng</u>/<u>sốt</u>.
Dtoy bee <u>nyouk dow</u>/<u>dow hawng</u>/<u>shoht</u>.

I want to buy some medicine.
Tôi muốn mua ít thuốc.
Dtoy mun mu-uh iht tuk.

I'm out of my medicine.
Tôi bị hết thuốc.
Dtoy bee het [huht] tuk.

I lost my medicine.
Tôi bị mất thuốc.
Dtoy bee muhht tuk.

Here is my prescription.
Đây là toa thuốc của tôi.
Day [Dai] la dtwa tuk gu-uh dtoy.

96 Doctor *Bác sĩ* Bak shee [Bak see]

I need a doctor (urgently).
Tôi cần một bác sĩ (gấp).
Dtoy guhn moht bak shee (guhp).

She/He needs a doctor.
Cô/Anh ấy cần bác sĩ.
Goh/Ahn ai guhn bak shee.

I need to go to a doctor.
Tôi cần đi đến bác sĩ.
Dtoy guhn dee den [duhn] bak shee.

Is there a doctor who speaks English?
Có bác sĩ nói tiếng Anh không?
Gaw bak shee nawy dteeng Ahn kohng?

Please call a doctor.
Làm ơn gọi bác sĩ.
Lam uhn gawy bak shee.

Have you called a doctor?
Anh/Chị đã gọi bác sĩ chưa?
Ahn/Ch[J]ee da gawy bak shee ch[j]ou-uh?

Where is the doctor?
Bác sĩ ở đâu?
Bak shee uh dow?

I'd like to speak to a doctor.
Tôi muốn nói chuyện với bác sĩ.
Dtoy mun nawy ch[j]wen vuhy bak shee.

It's very urgent.
Gấp lắm.
Guhp lahm.

→ Another way to say "urgent" is *khẩn* (kuhn).

It's an emergency.
Đây là trường hợp cấp cứu.
Day la t[j]oung huhp guhp gu.

97 Dentist   *Nha sĩ*   Nya shee [Nya see]

I need a dentist (urgently).
Tôi cần nha sĩ (gấp).
Dtoy guhn nya shee (guhp).

He needs a dentist.
Anh ấy cần nha sĩ.
Ahn ai guhn nya shee.

I'd like to go to a dentist.
Tôi muốn đến nha sĩ.
Dtoy mun den [duhn] nya shee.

Is there a dentist near here?
Gần đây có nha sĩ không?
Guhn day [dai] gaw nya shee kohng?

How much is it to get a (dental) checkup here?
Khám răng ở đây giá bao nhiêu?
Kam rahng uh day [dai] z[y]a bow nyew?

Can you recommend a dentist?
Có thể gợi ý cho tôi một nha sĩ?
Gaw tay guhy ee ch[j]aw dtoy moht nya shee?

I'd like a <u>teeth cleaning</u>/<u>filling</u>/<u>checkup</u>.
Tôi muốn <u>đánh bong răng</u>/<u>trám răng</u>/<u>khám răng</u>.
Dtoy mun <u>dahn bawng rahng</u>/<u>t[j]ram rahng</u>/<u>kam rahng</u>.

I have a <u>cavity</u>/<u>sore tooth</u>/<u>broken tooth</u>.
Tôi bị <u>sâu</u>/<u>đau</u>/<u>gẩy răng</u>.
Dtoy bee <u>show</u>/<u>dow</u>/<u>gai rahng</u>.

That dentist is very <u>good</u>/<u>bad</u>.
Nha sĩ đó <u>tốt</u>/<u>dở</u> lắm.
Nya shee daw <u>dtoht</u>/<u>duh</u> lahm.

98 Hospital/Clinic
Bệnh viện/Dưỡng đường
Ben [Buhn] vien/Z[Y]oung doung

I need to go to a hospital.
Tôi cần đi đến bệnh viện.
Dtoy guhn dee den [duhn] ben [buhn] vien.

Is there a hospital near here?
Có bệnh viện nào ở gần đây không?
Gaw ben [buhn] vien now uh guhn day [dai] kohng?

Take me to a hospital.
Đưa tôi đến bệnh viện.
Dou-uh dtoy den [duhn] ben [buhn] vien.

Is there a children's hospital here?
Ở đây có bệnh viện nhi đồng không?
Uh day gaw ben vien nyee dohng kohng?

I want to go to another hospital.
Tôi muốn đến bệnh viện khác.
Dtoy mun den ben vien kak.

This hospital is very <u>good</u>/<u>bad</u>.
Bệnh viện này rất <u>tốt</u>/<u>tệ (dở)</u>.
Ben vien nai ruht <u>dtoht</u>/<u>dtay z[y]uh</u>.

Is there another hospital near here?
Có bệnh viện nào khác gần đây không?
Gaw ben vien now kak guhn day kohng?

What's the best hospital in town?
Bệnh viện nào tốt nhất thành phố này?
Ben [Buhn] vien now dtoht nyuht tahn foh nai?

99 Take (a photo) *Chụp* Ch[J]up

I want to take a photo.
Tôi muốn chụp một tấm ảnh.
Dtoy mun ch[j]up moht dtuhm ahn.

→ *Ảnh* and *hình* both mean "photo," but *ảnh* is more common in most situations. In the South, *hình* is pronounced "houn."

Excuse me, can I take your photo?
Xin lỗi, tôi có thể chụp ảnh bạn không?
Seen loy, dtoy gaw tay ch[j]up ahn ban[g] kohng?

Can you take my/our photo?
Bạn có thể chụp ảnh của tôi/chúng tôi được không?
Ban[g] gaw tay ch[j]up ahn gu-uh dtoy/ch[j]ung dtoy douk kohng?

Is it okay to take photos here?
Chụp ảnh ở đây được không?
Ch[J]up ahn uh day [dai] douk kohng?

Are photos permitted?
Được phép chụp ảnh không?
Douk fep ch[j]up ahn kohng?

If you give me your address, I will send you a copy of the photo.
Nếu bạn cho địa chỉ, tôi sẽ gởi hình cho bạn.
Nyew ban[g] ch[j]aw dee-uh ch[j]ee, dtoy sheh guhy hihn ch[j]aw ban[g].

I'll make some copies of the photos for you.
Tôi sẽ rửa một số ảnh cho bạn.
Dtoy sheh rou-uh moht shoh ahn ch[j]aw ban[g].

That's a nice photo.
Đó là một tấm ảnh dễ thương/đẹp.
Daw la moht dtuhm ahn z[y]ay toung/dep.

100 Help   *Giúp (đỡ)*   Z[Y]up (duh)

Can you help me?
Có thể giúp tôi không?
Gaw tay z[y]up dtoy kohng?

I need help.
Tôi cần được giúp đỡ.
Dtoy guhn douk z[y]up duh.

I'll help you.
Tôi sẽ giúp bạn.
Dtoy sheh z[y]up ban[g].

Can you call for help?
Bạn có thể kêu gọi giúp đỡ được không?
Ban[g] gaw tay geu gawy z[y]up duh douk kohng?

Do you need help?
Bạn có cần giúp không?
Ban[g] gaw guhn z[y]up kohng?

Help!
Giúp tôi!
Z[y]up dtoy!

Another way to say this:
Cứu tôi!
Gou-u dtoy!

→ Lit.: Rescue me!

PART 2

Famous Landmarks

In and around Hanoi

Old Gate:	*Ô Quan Chưởng*	Oh Gwan Ch[J]oung

NOTE: *Ô Quan Chưởng* is a common meeting and drop-off point in the Old Town.

Lakes:	*Hồ Hoàn Kiếm*	Hoh Hwahn Giem
	Hồ Gươm	Hoh Goum
Old Town	*Phố Cổ*	Foh Goh
Uncle Ho's Mausoleum	*Lăng Bác Hồ*	Lahng Bak Hoh
Halong Bay	*Vịnh Hạ Long*	Vihn Ha Lawng

In the Central Region

Central Highlands	*Cao Nguyên Miền Trung*	Gow Ngwen Mien T[J]rung
Imperial tombs	*Lăng tẩm*	Lahng dtuhm
Imperial City	*Hoàng Thành*	Hwang Tahn
DMZ	*Vùng phi quân sự*	Vung fee gwuhn shou

In Saigon (HCMC)

Ben Thanh Market	*Chợ Bên Thành*	Ch[J]uh Ben Tahn
Chinatown	*Chợ lớn (phố Tàu)*	Ch[J]uh luhn[g] (foh dtow)
Turtle Pond	*Hồ Con Rùa*	Hoh Gawn Ru-uh
Reunification Palace	*Dinh Thống Nhất*	Z[Y]ihn Tohng Nyuht
War Museum	*Bảo Tàng Chiến Tranh*	Bow Tang Ch[J]ien T[J]ran

Mekong Delta	*Đồng Bằng Sông Cửu Long*	Dohng Bahng Shohng Gou Lawng
Cuchi Tunnels	*Địa đạo Củ Chi*	Dee-uh dow Gu Ch[J]ee
Cao Dai Temple	*Thánh thất Cao Đài*	Tahn tuht Gow Dai

Countries in and around Asia

Australia	*Nước Úc/ Ôx Tơ Rây Li A*	Nouk Uk/Ohs Dtuh Ray Lee-ah
Bangladesh	*Băng La Đét*	Bahng La Det
Bhutan	*Bu Tan*	Bu Dtan[g]
Brunei	*Bru Nây*	Bru Nai
Cambodia	*Cam Pu Chia*	Gam Pu Chee-uh
China	*Trung Quốc*	T[J]ung Gwohk
East Timor	*Đông Ti mo*	Dohng Dtee-maw
Fiji	*Phi gi/Fi ji*	Fee z[y]ee/Fee Jee
India	*Ấn Độ*	An Doh
Indonesia	*Nam Dương/ In Đô Nê Xi A*	Nam Z[Y]oung, In doh nee see ah
Japan	*Nhật Bản*	Nyuht Ban[g]
Laos	*Lào*	Low
Mongolia	*Mông Cổ*	Mohng Goh
Myanmar	*Mian Ma/ Miến Điện*	Mian Ma/ Mien Dien
Nepal	*Nê Pan/Nepal*	Nay pan/Nepal
New Zealand	*Niu di lơn/Hòa Lan*	Nyew zee luhn/ Hwa Lan
North Korea	*Bắc Triều Tiên*	Bahk T[J]rew Dtien
Philippines	*Phi Lip Pin/ Phi luật Tân*	Fee Leep Peen/ Fee Lwaht Dtan
South Korea	*Hàn Quốc/ Nam Hàn*	Han Gwohk/ Nam Han
Sri Lanka	*Xri Lan Ca*	Sri Lan Ga

Taiwan	*Đài Loan/Đài Bắc*	Dai Lwahn[g]/
		Dai Bahk
Thailand	*Thái Lan*	Tai Lan
Vietnam	*Việt Nam*	Viet Nam

Glossary: Additional Vocabulary

A little	*Một chút/Một ít*	Moht ch[j]ut/
		Moht iht
A lot	*Nhiều/Vô/Số*	Nhyew/Voh/Shoh
About	*Nói về*	Nawy vay
Address	*Địa chỉ*	Di-uh ch[j]ee
After (that)	*Sau (đó)*	Show (daw)
Afternoon	*Buổi chiều*	Buy ch[j]yew
Again	*Lần nửa/Lập lại*	Luhn nou-uh/
		Luhp lai
Air conditioning	*Máy lạnh*	Mai lahn
Alcohol	*Cồn/Rượu*	Gohn/Rou-u
All	*Tất cả*	Dtuht ga
Allow	*Cho phép*	Ch[J]aw fep
Alone	*Một mình*	Moht mihn
Already	*Rồi*	Roy
America (USA)	*Mỹ Châu/*	Mee Ch[J]ow/
	Nước Mỹ	(Nouk Mee)
American	*Người Mỹ*	Ngouy Mee
And	*Và/Với*	Va/Vuhy
Anniversary	*Ngày kỹ niệm*	Ngai gee niem
Appointment	*Cuộc hẹn*	Guk hen
April	*Tháng tư*	Tang dtou
Arrive	*Đến*	Den
Ask	*Hỏi*	Hawy
At (time)	*Lúc*	Lut
At (location)	*Tại*	Dtai
August	*Tháng tám*	Tang dtam
Australian	*Người Úc*	Ngouy Ut

Baby	Trẻ em/em bé	T[J]reh am/Em beh
Bag	Giỏ xách	Z[Y]aw sak
Bar	Bar; Quầy bán rượu	Ba(r)/Gwai ban[g] rou-u
Barber (for men)	Thợ cắt tóc (cho đàn ông)	Tuh gaht dtawp (ch[j]aw dan[g] ohng)
Bathroom/Toilet	Phòng tắm/Vệ sinh	Fawng dtahm/ Vay shihn
Beautiful	Đẹp	Dep
Beef	Thịt bò	Tiht [Tout] baw
Beer	Bia	Bee-uh
Before	Trước khi	T[J]rouk kee
Begin	Bắt đầu	Baht dow
Behind	Phía sau	Fee-uh show
Beside	Bên cạnh	Buhn gahn
Better	Tốt hơn	Dtoht huhn
Big	To/Lớn	Dtaw/Luhn
Bill (the check)	Hóa đơn	Hwa duhn
Bike	Xe đạp	Seh dap
Birthday	Ngày sinh nhật	Ngai shihn nyuht
Bite (v)	Cắn	Gahn
Black (general)	Đen	Den
Blue	Xanh dương	Sahn doung
Book (n)	Cuốn sách	Gun shak
Bookstore	Tiệm sách	Dtiem shak
Bottle	(Cái) chai	(Gai) ch[j]ai
Boy	Bé trai	Beh t[j]rai
Brakes	Những cái thắng xe	Nyoung gai tahng seh
Bread	Bánh mì	Bahn mee
Break/Rest (n)	Nghỉ ngơi	Ngyee nguhy
Break (v)	Gẫy/vỡ	Cai/Vuh
Breakfast	(Bữa) ăn sáng	(Bou-uh) ahn[g] shang

173

Breastfeed	*Bú*	Bu
Bring	*Đem*	Dem
Britain	*Nước Anh*	Nouk Ahn
British	*Người Anh*	Ngouy Ahn
Broom	*Cây chổi*	Gai ch[j]oy
Brother (younger/older)	*Em trai/Anh tôi*	Am t[j]rai/Ahn dtoy
Bus	*Xe buýt*	Seh bwout
Business	*Kinh doanh*	Gihn z[y]wahn
Buy	*Mua*	Mu-uh
By	*Bằng/Bởi*	Bahng/Buhy
Call (v)	*Kêu/[Gọi]*	Gyew/[Gawy]
Call (n)	*Tiếng kêu [gọi]*	Dteeng gyew [gawy]
Can	*Có thể*	Gaw tay
Canada	*Nước Ca na đa*	Nouk Ga na da
Canadian	*Người Ca na đa*	Ngouy Ga na da
Car	*Xe ô tô [Xe hơi]*	Seh oh dtoh [Seh huhy]
Card (name card)	*Thẻ/Danh thiếp/ Cây bài*	Tay/Z[Y]an teep/ Gai bai
Cat	*Con mèo*	Gawn meh-oh
Cheese	*(Bánh) phô mát*	(Bahn) foh mat
Chicken (meat)	*Con gà*	Gawn ga
Child	*Con*	Gawn
Chinese	*Người Trung Quốc/Người Hoa*	Ngouy T[J]rung Gwohk/Ngouy Hwa
City	*Thành phố*	Tahn foh
Coffee	*Cà phê*	Ga fay
Coffee shop	*Quán cà phê*	Gwan[g] ga fay
Cold (adj)	*Lạnh [Lạnh/rét]*	Lahn [Lahn/ret]
Color (n)	*Màu (sắc)*	Mow (shahk)
Come	*Đến*	Den
Company	*Công ty*	Ghong dtee
Computer	*Máy vi tính*	Mai vee dtihn

174

Credit card	*Thẻ tín dụng*	Tay dtihn z[y]ung
Cut (n)	*Sự cắt/Chặt*	Shou gaht/Ch[J]aht
Cut (v)	*Cắt/chặt/Chém/*	Gaht/Ch[J]aht/
	Thái	Ch[J]em/Tai
Day	*(Ban) ngày*	(Ban) ngai
December	*Tháng mười hai*	Tang mouy hai
Delicious	*Ngon*	Ngawn
Dentist	*Nha sĩ*	Nya shee
Dinner	*(Bữa) ăn tối*	(Bou-uh) an[g] dtoy
Dish (plate)	*Đĩa*	Dee-uh
Do/work/make	*Làm (việc)*	Lam (viek)
Doctor	*Bác sĩ*	Bak shee
Dog	*Con cầy [Chó]*	Gawn gai [Jaw]
Dollar (USD)	*Đô la (Mỹ)*	Doh la (Mee)
	[Mỹ kim]	[Mee gihm]
Don't	*Không*	Kohng
Door	*Cửa*	Gou-uh
Drink (v)	*Uống*	Ung
Drink (n)	*Đồ/Thức uống*	Doh/Touk ung
Drive	*Đi xe [Lái/*	Dee seh [Lai/
	Chạy xe]	Jai seh]
Early	*(Rất) sớm*	(Ruht) shuhm
Eat	*Ăn*	Ahn[g]
Egg (in shell)	*Quả trứng*	Gwa t[j]roung
Egg (fried)	*Trứng (chiên)*	T[J]roung (ch[j]ien)
Email	*Thư điện tử/*	Tou dien dtou/
	E-mail	EE-meh
Embassy	*Đại sứ quán/*	Dai shou gwan/
	Tòa đại sứ	Dtwa dai shou
Envelope	*Phong bì/Bì thư*	Fawng bee/Bee tou
Enough	*Đủ*	Du
Every day	*Hàng ngày*	Hang ngai
Every night	*Hàng đêm*	Hang dem
Everyone	*Mọi người*	Mawy ngouy

Exchange rate	*Tỷ giá hối đoái/*	Dtee z[y]a hoy dwai/
	Tỷ giá ngoại tệ	Dtee z[y]a ngwai dtay
Excuse me	*Xin lỗi*	Seen loy
Expensive	*Đắt [Mắc]*	Daht [Mahk]
Fall (season)	*Mùa thu*	Mu-uh tu
Fall (v)	*Té*	Dteh
Family	*Gia đình*	Z[Y]a dihn
Fan (electric fan)	*Cái quạt/Quạt điện*	Gai gwa(t)/Gwa(t) dien
Fan (sports)	*Người/Fan hâm mộ*	Ngouy/Fan huhm moh
Far	*Xa*	Sa
Fast	*Nhanh*	Nyahn
Father	*Bố/[Ba]*	Boh/[Ba]
Father-in-law	*Bố chồng [Ba chồng]*	Boh chohng [Ba johng]
Fax	*Máy Bản fax*	Mai Ban[g] fax
February	*Tháng hai*	Tang hai
Fever (n)	*Cơn sốt/Bệnh sốt*	Guhn shoht/ Ben shoht
Fever (have a)	*Làm phát sốt*	Lam fat shoht
Fifth (in a family)	*Người thứ năm*	Ngouy tou nahm
(of the month)	*Ngày mùng năm*	Ngai mung nahm
(place)	*Vị trí thứ năm*	Vee t[j]ree tou nahm
(time)	*Lần thứ năm*	Luhn[g] tou nahm
First (general)	*Đầu tiên*	Dow dtien[g]
(of the month)	*Ngày mùng một*	Ngai mung moht
(place)	*Thư nhất*	Tou nhuht
(time)	*Lần thứ nhất*	Luhng tou nhuht
Fish	*(Con) cá*	(Gawn) ga
Flag	*Cờ*	Guh
Fourth (in a family)	*Người thứ tư*	Ngouy tou dtou
(of the month)	*Ngày mùng bốn*	Ngai mung bohn

(place)	*Vị trí thứ tư*	Vee t[j]ree tou dtou
(time)	*Lần thứ tư*	Luhn[g] tou dtou
France	*Nước Pháp*	Nouk Fap
French (language)	*Tiếng Pháp*	Dteeng Fap
French (person)	*Người Pháp*	Ngouy Fap
Friday	*Thứ sáu*	Tou show
From	*Từ*	Dtou
Front	*Phía/Đằng trước*	Fee-uh/Dahng t[j]rouk
Full (gas tank)	*Đầy*	Day [Dai]
Full (stomach)	*(Bụng) no*	(Bung) naw
Fun	*Vui (vẻ)*	V[Y]uy (v[y]eh)
Funny	*Buồn cười*	Bun gouy
Future	*Tương lai*	Dtoung lai
Gasoline	*Xăng/Dầu lửa*	Sahng/Z[Y]ow lou-uh
German (language)	*Tiếng Đức*	Dteeng Dou
German (person)	*Người Đức*	Ngouy Douk
Germany	*Nước Đức*	Nouk Douk
Give	*Cho*	Ch[J]aw
Give away	*Tặng*	Dtahng
Go	*Đi*	Dee
Golf (sport) (n)	*Môn đánh gôn*	Mohn dahn gohn
Golf (v)	*Chơi gôn*	Ch[J]uhy gohn
Good (correct, right)	*Được*	Douk
(health)	*Khỏe*	Kweh
(job, quality, weather)	*Tốt*	Dtoht
(music, book)	*Hay*	Hai
(well-behaved, e.g. child)	*Ngoan*	Ngwahn
Good-bye	*Tạm biệt/Chào (tạm biệt)*	Dtam biet/Ch[J]ow (dtam biet)
Green (like a tree)	*Màu xanh lá cây*	Mow sahn la gai
Green (or blue)	*Xanh*	Sahn

Greens (veggies/ fresh)	*Tươi*	Dtouy
Guess (v)	*Đoán/Nghĩ*	Dwahn[g]/Ngyee
Haircut	*Cắt tóc*	Gaht dtawk
Hairwash	*Gội đầu*	Goy dow
Have	*Có*	Gaw
He/Him	*Anh ấy* (similar age)	Ahn ai
	Ong ấy (older man)	Ohng ai
	Nó (little boy)	Naw
Headache	*Nhức đầu*	Nyouk dow
	[Đau đầu]	[Dow dow]
Hear	*Nghe (nói)*	Ngyeh (nawy)
Hello	*(Xin) chào*	(Seen) ch[j]ow
Helmet	*Nón bảo hiểm*	Nawn bow hiem
Help	*Giúp (đỡ)*	Z[Y]up (duh)
Hem (n)	*Đường viền/Lên lai*	Doung vien/Len la
Her/She:	*Cô ấy/Bà ấy*	Goh ai/Ba ai
Here	*Đây/ở đây/ ở chỗ này*	Day [Dai]/Uh day/ Uh ch[j]oh nai
Holiday	*Ngày lễ/Nghỉ*	Ngai lay/Ngyee
Home	*Nhà/Chỗ ở*	Nya/Ch[J]oh uh
Hope (v)	*Hi vọng/Ước mong/Mong muốn*	Hee vawng/Uk mawng/Mawng mun
Hospital	*Bệnh viện*	Ben [Buhn] vien
Hot (spicy)	*Cay*	Gai
Hot (weather)	*Nóng*	Nawng
Hotel	*Khách sạn/ Nhà nghỉ*	Kak shan[g]/ Nya ngyee
Hour	*Tiếng (đồng hồ)*	Dteeng (dohng hoh)
House	*Căn/Tòa nhà*	Gahn/Dtwa nya
How	*Thế nào*	Tay now
How long	*Bao lâu*	Bow low
How many	*Bao nhiêu*	Bow nyew

How much	*Bao nhiêu (tiền)*	Bow nyew (dteen)
Humid	*Ẩm ướt*	Uhm out [ouk]
Hurt	*Bị thương/Đau*	Bee toung/Dow
Husband	*(Người) chồng/*	Ngouy ch[j]ohng/
	Ông xả	Ohng sa
I	*Tôi [Tui]*	Dtoy [Dtuy]
Ice	*(Nước) đá*	(Nouk) da
Important	*Quan trọng*	Gwan[g] t[j]rawng
International	*Thuộc về quốc tế*	Touk vay gwohk
		dtay
Internet	*Mạng vi tính*	Mang vee dtihn
Introduce	*Giới thiệu*	Z[Y]uhy tyew
Invite (v)	*Mời*	Muhy
Jacket	*Áo khoác*	Ow kwak
January	*Tháng một/Giêng*	Tang moht/Z[Y]ieng
July	*Tháng bảy*	Tang bai
Jump (n)	*Bước nhảy*	Bouk nyai
Jump (v)	*Nhảy*	Nyai
June	*Tháng sáu*	Tang show
Key (n)	*(Chìa) khóa*	Ch[J]ee-uh kwa
Know (each other)	*(Hiểu) biết/*	(Hyew) biek/
	(Quen biết)	(Gwen biek)
Language	*Ngôn ngữ/Tiếng*	Ngohn ngou/Dteeng
Late	*Muộn/Trẻ*	Mun/Jray
Leave (place)	*Bỏ đi/Rời khỏi*	Baw dee/Ruhy kawy
Leave (something)	*Để/Bỏ lại*	Day/Baw lai
Left (direction)	*Bên trái*	Ben t[j]rai
Little	*Nhỏ/Bé*	Nhaw/Beh
Live (v)	*(Sinh) sống*	(Shihn) shohng
Look	*Nhìn/Xem/Coi*	Nyeen/Sem/Gawy
Lose (something)	*Mất*	Muht
Lose (your way)	*Lạc đường*	Lak doung

Loud (sound)	*Lớn*	Luhn
Love	*Yêu*	Ee-u
Lunch (n)	*Bữa ăn trưa*	Bou-uh ahn[g] t[j]rou-uh
Man	*Người đàn ông*	Ngouy dan[g] ohng
Mango	*Trái xoài*	T[J]rai swai
Many	*Nhiều*	Nyew
Map	*Bản đồ*	Ban[g] doh
March	*Tháng ba*	Tang ba
Market	*Chợ*	Ch[J]uh
Marry	*Kết hôn*	Get hohn
May (n)	*Tháng năm*	Tang nahm
Meaning	*Ý nghĩa*	Ee ngyee-uh
Medicine (to cure illness)	*Thuốc (trị bệnh)*	Tuk (t[j]ree ben [buhn])
Meet (v)	*Gặp (gỡ)*	Gahp (guh)
Meeting (n)	*Buổi họp*	Buy hawp
Mistake	*Lỗi*	Loy
Mobile phone	*Điện thoại di động*	Dien twai z[y]ee dohng
Monday	*Thứ hai*	Tou hai
Money	*Tiền*	Dtien [Dteen]
Month	*Tháng*	Tang
More	*Thêm/Hơn nữa*	Tem/Huhn nou-uh
Morning	*Buổi sáng*	Buy shang
Mother	*Mẹ/Ma*	Meh/Ma
Mother-in-law) (husband's mother)	*Mẹ chồng*	Meh chohng [Ma johng]
(wife's mother)	*Mẹ vợ*	Meh vuh [Ma yuh]
Motorbike	*Xe gắn máy/ Xe mô tô*	Seh gahn[g] mai/ Seh moh dtoh
Motorbike taxi	*Xe ôm*	Seh ohm
Movie	*Phim*	Feem
Museum	*Bảo tàng*	Bow tang

Music	*Nhạc*	Nyak
My	*Của tôi*	Gu-uh dtoy
Name	*Tên*	Dten
Near	*Gần*	Guhn
Need	*Cần*	Guhn
New	*Mới*	Muhy
Night	*Đêm*	Dem
Nightclub	*Vũ trường*	Vu t[j]roung
Ninth	*Thứ chín*	Tou ch[j]een
No	*Không*	Kohng
Noisy	*Rất ồn*	Ruht ohn[g]
November	*Tháng mười một*	Tang mouy moht
Now	*Bây giờ*	Bay z[y]uh
Number	*Số*	Shoh
October	*Tháng mười*	Tang mouy
Office	*Văn phòng*	Vahn[g] fawng
Old	*Già/Cũ*	Z[Y]a/Gu
One	*Một*	Moht
One-way	*Một chiều*	Moht ch[j]yew
Open (v)	*Mở*	Muh
Orange	*Cam*	Gam
Order (food/drinks)	*Đặt hàng/Gọi (thức ăn)*	Daht hang/Gawy (touk ahn[g])
Park (n)	*Công viên*	Gohng vien [veeng]
Park (v)	*Đậu xe*	Dow seh
Passport	*Hộ chiếu*	Hoh ch[j]yew
Patient	*Người bệnh/ Bệnh nhân*	Ngouy ben/ Ben nyuhn
Pay	*Trả tiền/Thanh toán*	T[J]ra dtien [dteeng]/ Tahn dtwahn
Pen	*Viết mực*	Viet mouk
Person	*Người*	Ngouy

Pharmacy	*Nhà thuốc tây*	Nya tuk dtay
Phone (cell)	*Điện thoại di động*	Dien twai dee dohng
Phone (land)	*Điện thoại cố định*	Dien twai goh dihn
Photo	*Tấm hình*	Dtuhm hihn
Pick up (a person)	*Đón*	Dawn
Pick up (something)	*Lấy*	Lay
Pill (medicine)	*Một viên thuốc*	Moht vien tuk
Play	*Chơi*	Ch[J]uhy
Please	*Làm ơn*	Lam uhn
Police	*Cảnh sát*	Gahn shat [sak]
Pork	*Thịt heo*	Tiht heh-oh
Post Office	*Bưu điện*	Bu dien
President	*Chủ tịch/*	Ch[J]u dtihk/
	Tổng Thống	Dtohng tohng
Print (v)	*In*	Een
Pull	*Kéo*	Geh-oh
Push	*Đẩy*	Day
Put	*Đặt*	Daht
Question	*(Câu) hỏi*	Gow hawy
Quiet	*Im lăng*	Eem lahng
Quit	*Bỏ/Nghĩ*	Baw Dee/Ngye
Rain	*Mưa*	Mou-uh
Raincoat	*Áo mưa*	Ow mou-uh
Rambutan	*Cây mận gai/*	Gai mahn gai/
	(Quả) chôm	[(Gwa) johm
	chôm	johm]
Read	*Đọc*	Dawk [Dawp]
Receipt	*Biên nhận*	Bien Nyuhn[g]
Red	*Đỏ*	Daw
Rent (v)	*Thuê*	Tway
Rest/Relax	*Nghỉ ngơi*	Ngyee nguhy
Rest; the (leftovers)	*Còn lại*	Gawn lai
Restaurant	*Nhà hàng*	Nya hang
Return (v)	*Trả lại*	T[J]ra lai

English	Vietnamese	Pronunciation
Rice (cooked)	*Cơm*	Guhm
Rice (not cooked)	*Gạo*	Gow
Right (correct)	*Đúng*	Dung
Right (turn)	*Bên phải*	Ben fai
River	*Dòng sông*	Z[Y]awng shohng
Road	*Đường*	Doung
Room	*Phòng*	Fawng
Run	*Chạy*	Ch[J]ai
Salt	*Muối*	Muy
Salty	*Mặn*	Mahn[g]
Saturday	*Thứ bảy*	Tou bai
Say	*Nói*	Nawy
School	*Trường học*	T[J]roung hawk
Sea	*Biển*	Bien
Seafood	*Thức ăn biển/*	Touk ahn[g] bien/
	Đồ biển	Doh bien
Season	*Mùa*	Mu-uh
Seat	*Chỗ ngồi*	Ch[J]oh ngoy
Second (adj)	*Thứ hai*	Tou hai
See	*Nhìn*	Nyeen
Send	*Gởi*	Guhy
September	*Tháng chín*	Tang ch[j]een
Sew	*May*	Mai
Shampoo (n)	*Dầu gội*	Z[Y]ow goy
Shampoo (v)	*Gội*	Goy
Shaver	*Cạo râu*	Gow row
Shirt	*Áo sơ mi*	Ow shuh mee
Shoes	*Giày*	Z[Y]ai
Shop (v)	*Mua sắm*	Mu-uh shahm
Should	*Nên*	Nen [Nuhn]
Show	*Trình bày*	T[J]rihn bai
Sick	*Bệnh/ốm*	Ben [Buhn]/Ohm
Sister (younger/ older)	*Em gái/Chị*	Am gai/Ch[J]ee
Sit	*Ngồi*	Ngoy

Sleep	*Ngủ*	Ngu
Slow	*Chậm*	Ch[J]uhm
Snake	*Con rắn*	Gawn rahn[g]
Snow	*Tuyết*	Dtweet
Soft	*Mềm*	Mem [Muhm]
Somewhere	*Ở đâu đó*	Uh dow daw
Son	*Con trai*	Gawn t[j]rai
Sorry	*Rất tiếc/Xin lỗi*	Ruht dtiek/Seen loy
Soup	*Canh*	Gahn
Speak	*Nói (chuyện)*	Nawy (ch[j]wen)
Spring	*Mùa xuân*	Mu-uh sun
Stamp	*Đóng dấu*	Dawng dow
Start	*Bắt đầu*	Baht dow
Stay	*Ở*	Uh
Steal	*Ăn cắp*	Ahn[g] gahp
Stomachache	*Đau bụng*	Dow bung
Stop	*Dừng lại*	Z[Y]oung lai
Store/Shop	*Tiệm*	Dtiem
Stranger/strange person	*Người lạ*	Ngouy la
Strong	*Mạnh*	Mahn
Student	*Sinh viên*	Shihn vien[g]
Study	*Học*	Hawk[Hawp]
Sugar	*Đường*	Doung
Summer	*Mùa hè*	Mu-uh heh
Sunday	*Chủ nhật*	Ch[J]u nhuht
Swim	*Bơi lội*	Buhy loy
Swimming pool	*Hồ bơi*	Hoh buhy
Table	*Cái bàn*	Gai ban[g]
Tailor	*Thợ may*	Tuh mai
Take	*Lấy/Cầm*	Lay/Guhm
Taxi	*Xe tắc xi*	Seh tak-see
Tea	*Trà*	T[J]ra
Teeth	*Răng*	Rahng
Tell	*Nói (với ai)*	Nawy (vuhy ai)

Tenth	*Thứ mười*	Tou mouy
Thank you	*Cám ơn*	Gam uhn[g]
That	*Cái Đó/Kia*	(Gai) daw/Gee-uh
There	*Đằng kia*	Danhg gee-uh
Third	*Thứ ba*	Tou ba
Thirsty	*Khát nước*	Kat nouk
This	*Cái này*	Gai nai
Thursday	*Thứ năm*	Tou nahm
Ticket	*Vé*	V[Y]eh
Tiger	*Con cọp*	Gawn gawp
Time	*Thời gian*	Tuhy z[y]an[g]
Tire	*Ruột xe*	Rut seh
Tired	*Mệt/Chán*	Meht [Muht]/ Ch[J]an[g]
Today	*Hôm nay*	Hohm nai
Toilet	*Nhà vệ sinh*	Nya vay shihn
Tomorrow	*Ngày mai*	Ngai mai
Too (also)	*Cũng*	Gung
Too (much)	*Quá nhiều*	Gwa nyew
Tour	*Chuyến du lịch*	Ch[J]wen z[y]u lihk
Toy	*Đồ chơi*	Doh ch[j]uhy
Traffic	*Giao thông*	Z[Y]ow tohng
Train	*Xe lửa*	Seh lou-uh
Travel	*Du lịch/Đi lại*	Z[Y]u lihk/Dee lai
Trip	*Một chuyến đi xa*	Moht ch[j]wen dee sa
Tuesday	*Thứ Ba*	Tou ba
TV	*Truyền hình*	T[J]rwen hihn [houng]/TeeVee
Umbrella	*Dù*	Z[Y]u
Uncle		
(father's side)	*Chú/Bác*	Ch[J]u/Bak
(mother's side)	*Cậu*	Gow
Under	*Dưới*	Z[Y]ouy
Understand	*Hiểu*	Hyew

185

University	Đại học	Dai hawk
Urgent	Gấp/Khẩn	Guhp/Khuhn
Use	Dùng	Z[Y]ung
Vacant/Available spot	Còn chỗ/Trống	Gawn choh/ T[J]rohng
Vacation	Nghỉ hè	Ngyee heh
Vegetable	Rau củ [cải]	Row gu [gai]
Very	Quá/Rất	Gwa [Wa]/Ruht
Voice	Tiếng nói	Dteeng nawy
Wait	Chờ	Ch[J]uh
Waiter	Phục vụ bàn/ Tiếp viên	Fuk vu ban[g]/ Dtiep vien[g]
Waitress	Nữ phục vụ/ Tiếp viên	Nou fuk vu/ Dtiep vien[g]
Walk	Đi bộ	Dee boh
Want	Muốn	Mun
Watch (v)	Xem	Sem
Watch (n)	Đồng hồ (đeo tay)	Dohng hoh (deh-oh dtay)
Water	Nước	Nouk
Way	Đường đi	Doung dee
We (inclusive)	Chúng tô	Ch[J]ung dtoi
We (exclusive)	Chúng ta	Ch[J]ung dta
Weather	Thời tiết	Tuhy dtiet
Web site	Website	Web-sai
Wedding	Đám cưới	Dam gouy
Wednesday	Thứ tư	Tou dtou
Week	Tuần lễ	Dtwahn lay
Weekend	Cuối tuần	Gu-ee dtwahn
Well	Tốt	Dtoht
What	Cái gì	Gai z[y]ee
When	Khi/Lúc	Kee/Luk[Lut]
Where	Ở đâu	Uh dow
Which	Cái nào	Gai now

Whisky	*Rượu*	Rou-u
White	*Trắng*	T[J]rahng
Who	*Ai/Người nào*	Ai/Ngouy now
Wife	*Vợ*	V[Y]uh
Window	*Cửa sổ*	Gou-uh shoh
Wine	*Rượu vang*	Rou-u vang
Winter	*Mùa đông*	Mu-uh dohng
Without	*Không có*	Kohng gaw
Woman	*Đàn bà/Phụ nữ*	Dan[g] ba/Fu nou
Work	*Làm việc*	Lam viek
Write	*Viết*	Viet
Year	*Năm*	Nahm
Yes (I agree)	*Vâng/Dạ/(đồng ý)*	Vuhng/Z[Y]a/ (dohng ee)
Yesterday	*Hôm qua*	Hohm gwa
You (younger)	*Em*	Am
You (male, same age or slightly older)	*Anh*	Ahn
(female)	*Chị*	Ch[J]ee
(friend)	*Bạn*	Ban[g]
Zipper	*Dây kéo*	Z[Y]ay geh-oh
Zoo	*Sở thú*	Shuh tu

PART 3

List of Sidebars

On Money 34

Names in Vietnam 50

Common Rice Dishes 55

Common Soup & Noodle Dishes 56

Bread Notes 58

Drink Notes 62

Fruit Notes 63

Common Desserts 68

Taxi Notes 91

Hairdresser Vocabulary 130

List of Key Words/Expressions in English-alphabetical Order

Keyword: English	Vietnamese	Section
?	Không	7
Able	Được	12
Address	Địa Chỉ	50
Age	Tuổi	64
Airport	Sân Bay	53
Already	Rồi	25
Another	Thêm	34
Answer	Đáp	28
Arrive	Đến	46
Ask	Hỏi	28
At, In	Ở	49
Baby	Em Bé	86
Bar	Bar	76
Be In/At	Ở	49
Because	Tại Vì	39
Bit (a)	Chút	35
Bring	Cho	10
Bring	Đem	85
Buy	Mua	90
Call	Gọi	82
Can/Can't	Có Thể/Không Thể	58
Child(ren)	Con	86
Cigarette	Thuốc Lá	77
Clinic	Đượng Đượng	98
Cold	Lạnh	66
Colors	Màu	93
Come	Đến	46
Computer	Máy Vi Tính	83
Country	Nước	17
Day	Ngày	69
Dentist	Nha Sĩ	97

Do	Làm	48
Doctor	Bác Sĩ	96
Drink	Uống	31
Eat	Ăn	30
Excuse Me	Xin Lỗi	3
Family	Gia Đình	55
Far	Xa	57
Find	Tìm Thấy	92
Forget	Quên	61
Give	Cho	10
Go	Đi	23
Good	Được	12
Hairdresser	Tiệm Cắt Tóc	75
Have	Có	22
He	Em, Anh, Chú	22
Hello	Chào	1
Help	Giúp	100
Here	Ở Đây	45
Hospital	Bệnh Viện	98
Hot	Nóng	66
Hotel	Khách Sạn	73
House/Home	Nhà	74
How?	Thế Nào	40
How Long?	Bao Lâu	42
How Many?	Có Bao Nhiêu?	15
How Much?	Bao Nhiêu	14
I	Tôi	5
Internet	Internet	84
Know	Biết	47
Like	Thích	33
Little (a)	Chút	35
Looks Like	Có Vẻ	59
Lost/Lose	Lạc/Mất	92
Make	Làm	48
Market	Đi Chợ	88
Marry	Có Gia Đình	63

Meet	Gặp	38
Money	Tiền	89
Month	Tháng	71
More	Thêm	34
My	Của Tôi	20
Name	Tên	27
Near	Gần	57
Need	Cần	60
Newspaper	Báo	79
Night	Đêm	12
No	Không	8
Numbers	Số	16
OK	Được	12
Order	Gọi	29
Person	Người	54
Pharmacy	Nhà Thuốc	95
Phone	Điện Thoại	81
Please	Giùm/Lam Ơn	4
Post Office	Bưu Điện	78
Radio	Rađiô	80
Read	Đọc	87
Remember	Nhớ	61
Rent	Thuê	91
Say	Nói	18
Seems	Có Vẻ	59
Sell	Bán	90
She	Em, Chi, Có	22
Sick	Bệnh	94
So	Quá	67
Sorry	Xin Lỗi	3
Speak	Nói	18
Spicy	Cay	32
Still	Chưa	24
Take	Đem	85
Take (Photo)	Chụp	99
Taxi	Xe Tắc Xi	51

Thank You	Cám Ơn	2
That	Đó	44
There	Đằng Kia	45
Think	Nghĩ	62
This	Này	44
Time/Time of Day	Giờ	68
Too	Quá	67
Train	Xe Lửa	52
TV	TV/Máy Truyền Hình	80
Understand	Hiểu	19
Very	Quá	67
Wait	Đợi	56
Want	Muốn	36
Water	Nước	11
Weather	Thời Tiết	65
Week	Tuần	70
What?	Gì	26
When?	Khi Nào	41
Where?	Đâu	13
Which?	Cái Nào	41
Who?	Ai	37
Why?	Tại Sao	39
Year	Năm	72
Yes	Dạ	9
Yet	Chưa	24
You	Em, Anh, Chị	6